പരിസ്ഥിതി ശാസ്ത്രക്വിസ്

paristhithi sasthraquiz

•

s haripriya

•

first edition
july 2019

•

typesetting
sreebhadra, thiruvananthapuram

•

published
chintha publishers, thiruvananthapuram

•

cover
vinod mangoes

വിതരണം

ദേശാഭിമാനി ബുക്ക് ഹൗസ്

H O തിരുവനന്തപുരം-695 035
phone: 0471-2303026, 6063026
www.chinthapublishers.com
chinthapublishers@gmail.com

ബ്രാഞ്ചുകൾ

ഹെഡ്ഡാഫീസ് ബ്രാഞ്ച് കുന്നുകുഴി • സ്റ്റാച്യു തിരുവനന്തപുരം • കെ എസ് ആർ ടി സി ബസ് സ്റ്റേഷൻ ആലപ്പുഴ • കെ എസ് ആർ ടി സി ബസ് സ്റ്റേഷൻ എറണാകുളം • മച്ചിങ്ങൽ ലെയ്ൻ തൃശൂർ • ഐ ജി റോഡ് കോഴിക്കോട് • മാവൂർ റോഡ് കോഴിക്കോട് • എൻ ജി ഒ യൂണിയൻ ബിൽഡിങ് കണ്ണൂർ • സെൻട്രൽ ബസ് ടെർമിനൽ കോംപ്ലക്സ് താവക്കര കണ്ണൂർ

CO - 2822 / 5086
ISBN - 978-93-88485-82-1

പരിസ്ഥിതി ശാസ്ത്രകഥിസ്

എസ് ഹരിപ്രിയ

ചിന്ത പബ്ലിഷേഴ്സ്
തിരുവനന്തപുരം-695 035

എസ് ഹരിപ്രിയ

കേരള ഭാഷാ ഇൻസ്റ്റിറ്റ്യൂട്ടിലെ അസിസ്റ്റന്റ് ഡയറക്ടറായിരുന്ന കെ കെ നാരായണന്റെയും കെ സുധാദേവിയുടെയും മകളായി 1977 ൽ ജനിച്ചു. മൈക്രോബയോളജിയിലും മലയാള സാഹിത്യത്തിലും ബിരുദം. എൻവയോൺമെന്റ് സയൻസിലും മാസ് കമ്യൂണിക്കേഷൻ & ജേർണലിസത്തിലും മലയാള സാഹിത്യത്തിലും ഭാഷയിലും ബിരുദാനന്തരബിരുദം.

1999 ൽ കേരള ഭാഷാ ഇൻസ്റ്റിറ്റ്യൂട്ടിൽ പ്രവേശിച്ചു. തുടർന്ന് അന്യത്ര സേവന വ്യവസ്ഥയിൽ പരിസ്ഥിതി കാലാവസ്ഥാ വ്യതിയാന ഡയറക്ടറേറ്റിൽ എൻവയോൺമെന്റ് ഓഫീസറായി സേവനമനുഷ്ഠിച്ചു. കേരള ഭാഷാ ഇൻസ്റ്റിറ്റ്യൂട്ടിന്റെ വൈജ്ഞാനിക മാസികയായ വിജ്ഞാനകൈരളിയിലും മറ്റുമായി നിരവധി ശാസ്ത്ര ലേഖനങ്ങൾ പ്രസിദ്ധീകരിച്ചു.

കൃതികൾ: *കേരളത്തിലെ കൈവേലകൾ, പരിസ്ഥിതി ശബ്ദാവലി, ഹരിതപാഠങ്ങൾ, കലാമണ്ഡലം സത്യഭാമ* (ജീവചരിത്രം), *പരിസ്ഥിതി പരിചയ നിഘണ്ടു, മഹാത്മാ ഗാന്ധി* (ജീവചരിത്രം), *പളിയർ പൈതൃകവും സംസ്കൃതിയും*, കൃഷ്ണനാട്ടം.

2014 ലെ കേരള സർക്കാർ ഔദ്യോഗികഭാഷാ വകുപ്പിന്റെ ഏറ്റവും മികച്ച ഗ്രന്ഥരചനയ്ക്കുള്ള ഭാഷാസേവന പുരസ്കാരം ലഭിച്ചു.

വിലാസം : 'നിർവൃതി'
കെ കെ എസ് – 84, കരുമ്പുകോണം
കരിയം, ശ്രീകാര്യം പി ഒ
തിരുവനന്തപുരം – 17.

ഫോൺ : 0471 – 2592357

ഉള്ളടക്കം

പ്രസാധകക്കുറിപ്പ്

ഒരു അംഗീകൃത പാഠ്യപദ്ധതിയുടെ അടിസ്ഥാനത്തിലുള്ള പാഠ്യക്രമമനുസരിച്ചാണ് നമ്മുടെ സ്കൂൾ സമ്പ്രദായത്തിൽ പാഠപുസ്തകങ്ങൾ തയ്യാറാക്കപ്പെടുന്നത്. അംഗീകൃത യോഗ്യതകൾ ഉള്ള അദ്ധ്യാപകർ അതു പഠിപ്പിക്കുന്നു. കുട്ടികൾ അതു പഠിക്കുകയും വിവിധ നിലകളിൽ മാർക്കു നേടി വിജയം കരസ്ഥമാക്കുകയും ചെയ്യുന്നു. ഇതെല്ലാമായിട്ടും തങ്ങൾ പഠിക്കുന്ന പാഠങ്ങളുമായി ബന്ധപ്പെട്ട് അറിഞ്ഞിരിക്കേണ്ടതും പഠിച്ചിരിക്കേണ്ടതുമായ പല അറിവുകളും വിട്ടുപോകുന്നു. പാഠഭാഗങ്ങളിൽ പെട്ടതു തന്നെയും ദുർഗ്രാഹ്യവും വിരസവും ആയതുകൊണ്ട് അവ മനസ്സിൽ പതിയുകയോ അറിവു വളർത്തുകയോ ചെയ്യാതെ പോകുന്നു.

ഇതൊരു കുറവുതന്നെയാണ്. ഈ കുറവ് എങ്ങനെ പരിഹരിക്കാം. അദ്ധ്യാപകരെന്ന നിലയിൽ സമർത്ഥരും എഴുത്തുകാരുമായ അദ്ധ്യാപകരുടെ കൂട്ടായ്മ ഈ വെല്ലുവിളി ഏറ്റെടുക്കുവാൻ തയ്യാറായി. അതിന്റെ ഫലമാണ് *സ്കൂൾ പ്ലസ്* എന്ന പുസ്തകപരമ്പര. പാഠപുസ്തകത്തിൽനിന്ന് പകർന്നുകിട്ടുന്ന എല്ലാ അറിവിന്റെയും അനുബന്ധ വിവരങ്ങളാണ് ഈ പുസ്തകങ്ങളുടെ ഉള്ളടക്കം. സുഗ്രാഹ്യമായും രസകരമായുമാണ് ഈ പുസ്തകങ്ങൾ രചിക്കപ്പെട്ടിരിക്കുന്നത്. ഓരോ ക്ലാസിലെയും

എല്ലാ കുട്ടികളുടെയും അറിവിന്റെ ചക്രവാളം വികസ്വരമാക്കുവാനും പുതിയ അധികപുസ്തകങ്ങൾ തേടിപ്പിടിച്ചു വായിക്കുവാനും ഈ പുസ്തകപരമ്പര സഹായകമാകും.

പരിസ്ഥിതി ശാസ്ത്ര വ്യവഹാരത്തിൽ പരാമർശിക്കപ്പെടുന്ന പദങ്ങളുടെയും പ്രയോഗങ്ങളുടെയും ശൈലികളുടെയും നിർവ്വചനങ്ങളും വിശദീകരണങ്ങളും ഉൾച്ചേർന്നതാണ് ഹരിപ്രിയ രചിച്ച ഈ *പരിസ്ഥിതി ശാസ്ത്ര ക്വിസ്*. നാം ഒരല്പം ഉയർന്ന വായനയിൽ ഏർപ്പെടുമ്പോൾ പ്രമേയം സുഗ്രാഹ്യമാവുന്നതിന് ഇതിൽനിന്നും ലഭിക്കുന്ന അറിവ് നമ്മെ ഏറെ സഹായിക്കും.

ചിന്ത പബ്ലിഷേഴ്സ്

പരിസ്ഥിതി ശാസ്ത്രക്വിസ്

1. ജീവികളെയും ചുറ്റുപാടുകളെയും അവ തമ്മിലുള്ള പരസ്പരബന്ധത്തെക്കുറിച്ചും പ്രതിപാദിക്കുന്ന ശാസ്ത്രശാഖ?

   പരിസ്ഥിതി വിജ്ഞാനം അഥവാ ഇക്കോളജി (Ecology)

2. ഇക്കോളജി എന്ന പദം ഏത് ഭാഷയിൽനിന്നും ഉടലെടുത്തതാണ്?

   ഗ്രീക്ക്

3. ആദ്യമായി 'ഇക്കോളജി' എന്ന പദം ഉപയോഗിച്ച ജന്തുശാസ്ത്രജ്ഞനാരാണ്?

   1885 ൽ റൈറ്റർ

4. ഇക്കോളജി എന്ന പദത്തിന് 1886 ൽ ആദ്യമായി നിർവ്വചനം നല്കിയ ശാസ്ത്രജ്ഞൻ?

   ഹേക്കൽ (Haeckel)

5. ജീവജാലങ്ങളും പ്രകൃതിഘടകങ്ങളും ഉൾപ്പെടുന്ന വ്യവസ്ഥയ്ക്കു പറയുന്ന പേരെന്ത്?

   പരിസ്ഥിതി (Environment)

6. ജീവജാലങ്ങളും അവയുടെ അജൈവ പരിസ്ഥിതിയും ഉൾപ്പെടുന്ന സ്വയം പര്യാപ്താവസ്ഥ അറിയപ്പെടുന്നത്?

   പരിസ്ഥിതിവ്യൂഹം (Ecosystem)

7. പരിസ്ഥിതി ശാസ്ത്രത്തിൽ ഒരേ വർഗ്ഗത്തിൽപ്പെട്ട ഒരു കൂട്ടം ജീവികളെ പ്രതിനിധാനം ചെയ്യുന്ന പദം?

   പോപ്പുലേഷൻ (Population)

8. ഒരു നിശ്ചിതസ്ഥലത്തെ എല്ലാ ജീവജാലങ്ങളെയും സൂചിപ്പിക്കുന്നതിന് പരിസ്ഥിതിശാസ്ത്രം ഉപയോഗിക്കുന്ന പദം?

   സമൂഹം (Community)

9. പരിസ്ഥിതിശാസ്ത്രത്തിൽ പ്രകൃതി എന്നതിനുപകരം ഉപയോഗിക്കുന്ന പദം?

   പരിസ്ഥിതിവ്യൂഹം (Ecosystem)

10. ഒരു സസ്യസമൂഹത്തെപ്പറ്റിയും അതിന്റെ ആവാസവ്യവസ്ഥയെപ്പറ്റിയും പ്രതിപാദിക്കുന്ന ശാസ്ത്രശാഖ?

    സസ്യസമൂഹശാസ്ത്രം (Plant Sociology)

11. ലോകപരിസ്ഥിതി ദിനമായി ആചരിക്കുന്നത്?

    ജൂൺ അഞ്ച്

12. ഭൂമിയുടെ ഉപരിതലത്തിലെ വിവിധ ഭൂരൂപങ്ങളെക്കുറിച്ച് പഠനം നടത്തുന്ന ശാസ്ത്രശാഖ?

    ഭൂപ്രകൃതിശാസ്ത്രം (Geomorthology)

13. ഭൂമിയിൽ ജീവൻ നിലനില്ക്കുന്ന ഭാഗത്തിനു പറയുന്ന പേരെന്ത്?

    ജീവമണ്ഡലം (Bioshere)

14. ഭൂമിയിലെ ജീവമണ്ഡലങ്ങളെ എത്രയായി തിരിച്ചിരിക്കുന്നു?

    മൂന്നായി

15. ഭൂമിയിലെ മൂന്ന് ജീവമണ്ഡലങ്ങൾ?

    ജലമണ്ഡലം, വായുമണ്ഡലം, ശിലാമണ്ഡലം

16. ഭൂമിയിലെ സസ്യങ്ങളുടെയും ജന്തുക്കളുടെയും ഭൂമിശാസ്ത്രപരമായ വിതരണത്തെപ്പറ്റി പഠനം നടത്തുന്ന ശാസ്ത്രശാഖ?

ജൈവഭൂമിശാസ്ത്രം (Biogeography)

17. പ്രകൃതിയിൽ ചാക്രിയരൂപത്തിൽ ചില മൂലകങ്ങൾ സഞ്ചരിക്കുന്ന പ്രക്രിയ?

ജൈവഭൗമരാസചക്രം
(Biogeochemical Cycle)

18. സസ്യങ്ങളും ജന്തുക്കളും സഹവർത്തിച്ച് സാമാന്യം വിസ്തൃതമായ പ്രദേശത്ത് വ്യാപിച്ചുകിടക്കുന്ന ജീവസമുച്ചയം?

ജൈവമേഖല (Biome)

19. പ്രകൃതിയിലെ സസ്യങ്ങളുടെയും ജന്തുക്കളുടെയും വൈവിദ്ധ്യത്തെയും അവയുടെ പരിപാലനത്തിനെയും കുറിച്ചുള്ള ശാസ്ത്രശാഖ?

ജൈവസംരക്ഷണശാസ്ത്രം
(Conservation Biology)

20. ഏറ്റവും സാന്ദ്രത കൂടിയ ഗ്രഹം?

ഭൂമി

21. ഭൂഖണ്ഡങ്ങൾ എത്ര എണ്ണമാണ്?

ഏഴ്

22. ഭൗമോപരിതലത്തിലെ സംയുക്ത പദാർത്ഥങ്ങളെക്കുറിച്ച് പഠനം നടത്തുന്ന ശാസ്ത്രശാഖ?

ജിയോളജി

23. ഭൂമിയുടെ മൂന്ന് ഉള്ളറകൾ?

ഭൂവൽക്കം, അകക്കാമ്പ്, മാന്റിൽ

24. മണ്ണിന്റെ ഘടന, ഉത്ഭവം, വിതരണം, പ്രവർത്തനം എന്നിവയെക്കുറിച്ച് ശാസ്ത്രീയമായി പഠനം നടത്തുന്ന ശാസ്ത്രശാഖ?

പെഡോളജി

25. ഭൂമിയുടെ ചലനത്തിനുപറയുന്ന പേര്?

ഭ്രമണം

26. ഭൂമിയുടെ നിഴൽ ചന്ദ്രനിൽ പതിക്കുമ്പോൾ ഉണ്ടാകുന്ന ഗ്രഹണം?

ചന്ദ്രഗ്രഹണം

27. സൂര്യനിൽനിന്നുമുള്ള ഭൂമിയുടെ ശരാശരി അകലം?

15 കോടി കിലോമീറ്റർ

28. സൂര്യപ്രകാശം ഭൂമിയിലെത്താൻ വേണ്ട സമയം?

എട്ട് മിനിട്ട് 20 സെക്കന്റ് (500 സെക്കന്റ്)

29. സൂര്യനിൽനിന്ന് ഭൂമിയിലേക്ക് പതിക്കുന്ന അൾട്രാ വയലറ്റ് കിരണങ്ങളെ തടഞ്ഞുനിർത്തുന്ന അന്തരീക്ഷത്തിലെ നേർത്തപാളി?

ഓസോൺ പാളി

30. ഭൗമോപരിതലത്തിലെ ശരാശരി താപനില?

14 ഡിഗ്രി സെൽഷ്യസ്

31. ഭൂമിയെ രണ്ട് തുല്യഭാഗങ്ങളായി വിഭജിക്കുന്നരേഖ?

ഭൂമദ്ധ്യരേഖ

32. ഭൂമിയുടെ ബാഹ്യപാളി?

ലിതോസ്ഫിയർ (Lithosphers)

33. ഭൗമോപരിതലത്തിൽ അനുഭവപ്പെടുന്ന ശക്തിയേറിയതോ കുറഞ്ഞതോ ആയ പ്രകമ്പനങ്ങൾ?

ഭൂകമ്പം

34. ഭൂകമ്പങ്ങളെക്കുറിച്ച് പഠിക്കുന്ന ശാസ്ത്രശാഖ?

സീസ്മോളജി

35. ഭൂകമ്പം എന്നർത്ഥം വരുന്ന സീസ്മോസ് ഏത് ഭാഷാപദമാണ്?

ഗ്രീക്ക്

36. ഭൂകമ്പത്തിന് കാരണമാകുന്ന ചലനകേന്ദ്രം?

ഭൂകമ്പനാഭി

37. ഭൂകമ്പത്തിന്റെ തോത് അളക്കുന്ന ഉപകരണം?

സീസ്മോഗ്രാഫ് അഥവാ ഭൂകമ്പമാപിനി

38. ഭൂകമ്പങ്ങളുടെ തോത് രേഖപ്പെടുത്തുന്നത്?

റിക്ടർ സ്കെയിലിൽ

39. ഭൂകമ്പനാഭിക്ക് നേരെ മുകളിലായി ഉപരിതലത്തിലുള്ള ഭാഗം?

അധികേന്ദ്രം

40. ഭൂകമ്പതരംഗങ്ങൾ എത്രവിധം? അവ ഏതെല്ലാം?

മൂന്നുതരം ഭൂകമ്പതരംഗങ്ങളുണ്ട്.

1. പ്രാഥമികതരംഗങ്ങൾ അഥവാ പി തരംഗങ്ങൾ - ഏറ്റവും വേഗമുള്ള ഭൂകമ്പ തരംഗങ്ങളാണിത്.
2. മദ്ധ്യതരംഗങ്ങൾ അഥവാ എസ് തരംഗങ്ങൾ
3. പ്രതലതരംഗങ്ങൾ - ഭൂമിയുടെ മുകൾഭാഗത്തുകൂടി മാത്രം സഞ്ചരിക്കുന്ന തരംഗങ്ങളാണിത്. പ്രതല തരംഗങ്ങളാണ് ഏറ്റവും വേഗം കുറഞ്ഞ ഭൂകമ്പതരംഗങ്ങൾ.

41. ഭൂകമ്പങ്ങളുടെ തീക്ഷ്ണത കണക്കാക്കുന്നതെങ്ങനെ?

റിക്ടർ സ്കെയിലുപയോഗിച്ച്.

അമേരിക്കക്കാരനായ ചാൾസ് റിക്ടറാണ്

1935 ൽ റിക്ടർ സ്കെയിൽ കണ്ടുപിടിച്ചത്.

42. സമുദ്രങ്ങളുടെ അടിത്തട്ടിൽ ശക്തമായ ഭൂകമ്പങ്ങൾ ഉണ്ടാകുന്നതിന്റെ ഫലമായി രൂപമെടുക്കുന്ന പ്രതിഭാസം?

സുനാമി

43. സുനാമി എന്ന പദം ഏതുഭാഷയിൽനിന്നും ഉടലെടുത്തതാണ്?

ജാപ്പനീസ് -

അർത്ഥം തീരത്തേക്കുള്ള തിരമാലകൾ

44. ഏറ്റവും കൂടുതൽ സുനാമിഭീഷണി നേരിടുന്ന രാജ്യമേത്?

ജപ്പാൻ

45. സമുദ്രത്തിന്റെ അടിത്തട്ടിൽ ഭൂകമ്പം ഉണ്ടാകുന്നതിന്റെ ഫലമായി രൂപംകൊള്ളുന്ന ഭീമൻ തിരമാലകൾ?

ഭൂകമ്പസമുദ്രതരംഗം (Tsunami)

46. വിള്ളലുകളിലും ഭൂഗർഭജലത്തിലുമുള്ള ഏത് വാതകത്തിന്റെ സാന്നിദ്ധ്യമാണ് ഭൂകമ്പത്തിന്റെ സൂചനകൾ നല്കുന്നത്?

റഡോൺ

47. ഭൂമിയെ ആവരണം ചെയ്ത് നിലനില്ക്കുന്ന 1000 കി മീ ഘനമുള്ള വായുമണ്ഡലം അറിയപ്പെടുന്നത്?

അന്തരീക്ഷം

48. ഉയരം കൂടുന്തോറും അന്തരീക്ഷത്തിന്റെ സാന്ദ്രത?

കുറയുന്നു

49. ഉയരം കൂടുന്നതിനനുസരിച്ച് ഘടനയിലുണ്ടാകുന്ന മാറ്റത്തിന്റെ അടിസ്ഥാനത്തിൽ അന്തരീക്ഷത്തെ എത്ര പാളികളായി തരം തിരിച്ചിരിക്കുന്നു?

അഞ്ച്.

ട്രോപ്പോസ്ഫിയർ (0 കി മീ - 25 കി മീ വരെ),
സ്ട്രാറ്റോസ്ഫിയർ (25 കി മീ - 50 കി മീ വരെ),
മിസോസ്ഫിയർ (50 കി മീ - 80 കി മീ വരെ),
തെർമോസ്ഫിയർ (80 കി മീ - 300 കി മീ വരെ),
എക്സോസ്ഫിയർ (300 കി മീ - 700 കി മീ വരെ)

50. ഭൗമോപരിതലത്തിൽ ജീവന്റെ നിലനില്പിനാധാരമായ ഓക്സിജൻ, താപം, ഈർപ്പം എന്നിവ പ്രദാനം ചെയ്യുന്നത്?

അന്തരീക്ഷം

51. അന്തരീക്ഷത്തെ ഭൗമോപരിതലത്തിൽ പിടിച്ചു നിർത്തുന്നത്?

ഗുരുത്വാകർഷണം

52. അന്തരീക്ഷത്തിലെ വാതകങ്ങൾ?

നൈട്രജൻ (78.08), ഓക്സിജൻ (20.95),
ആർഗൺ (0.93), കാർബൺ ഡൈ ഓക്സൈഡ് (0.0345),
നിയോൺ (0.0018), ഹീലിയം (0.00052),
മീഥേൻ (0.00014), ക്രിപ്റ്റോൺ (0.00010),
ഹൈഡ്രജൻ (0.00005), സീനോൺ (0.000009),
ഓസോൺ (സ്ഥിരമല്ല)

53. വ്യക്തമായ അന്തരീക്ഷമുള്ള ഏകഗ്രഹം?

ഭൂമി

54. അന്തരീക്ഷവായുവിലെ പ്രധാന ഘടകം?

നൈട്രജൻ

55. ഭൂമിയുടെ താപനില താഴാതെ പിടിച്ചുനിർത്തുന്ന അന്തരീക്ഷഘടകം?

കാർബൺ ഡൈ ഓക്സൈഡ്

56. അന്തരീക്ഷവായുവിന്റെ ഭൂരിഭാഗവും ഉള്ളത് ഭൗമോപരിതലത്തിൽനിന്നും എത്ര അകലത്തിനുള്ളിലാണ്?

11 കി മീറ്ററിനുള്ളിൽ

57. അന്തരീക്ഷവായുവിന്റെ ഭാരം ഭൗമോപരിതലത്തിൽ സൃഷ്ടിക്കുന്ന മർദ്ദമാണ്?

അന്തരീക്ഷമർദ്ദം

58. അന്തരീക്ഷമർദ്ദം അളക്കാനുള്ള യൂണിറ്റ്?

മില്ലിബാർ

59. അന്തരീക്ഷമർദ്ദം അളക്കാനുള്ള ഉപകരണം?

ബാരോമീറ്റർ

60. ബാരോമീറ്റർ കണ്ടെത്തിയ ഇറ്റാലിയൻ ശാസ്ത്രജ്ഞന്റെ പേര്?

ഇവാഞ്ചലിസ്റ്റ ടോറിസെല്ലി

61. ഭൂമിയുടെ അന്തരീക്ഷത്തെ പ്രധാനമായും എത്ര പാളികളായി തിരിച്ചിരിക്കുന്നു?

അഞ്ചുപാളികൾ

62. താപക്രമം ആധാരമാക്കി അന്തരീക്ഷത്തെ എത്ര മേഖ ലകളായി വിഭജിക്കാം?

നാല് - ട്രോപ്പോസ്ഫിയർ (0 - 16 കി മീ),
സ്ട്രാറ്റോസ്ഫിയർ (20 - 50 കി മീ),
മിസോസ്ഫിയർ (50 - 80 കി മീ),
തെർമോസ്ഫിയർ (80 - 85 കി മീ)

63. ഭൗമോപരിതലത്തിനോട് ഏറ്റവും ചേർന്നുള്ള അന്തരീ ക്ഷപാളി?

ട്രോപ്പോസ്ഫിയർ

64. ഭൗമാന്തരീക്ഷത്തിലേക്ക് പ്രവേശിക്കുന്ന ഉൽക്കകൾ കത്തുന്നത് ഏത് അന്തരീക്ഷപാളിയിലെത്തുമ്പോഴാണ്?

മീസോസ്ഫിയർ

65. ട്രോപ്പോസ്ഫിയറിലുണ്ടാകുന്ന കാലാവസ്ഥ പ്രതിഭാസ ങ്ങൾ?

കാറ്റ്, മഴ, മഞ്ഞുവീഴ്ച,
മേഘങ്ങൾ, ഇടി, മിന്നൽ

66. ട്രോപ്പോസ്ഫിയറിനു തൊട്ടുമുകളിലത്തെ അന്തരീക്ഷ പാളിയുടെ പേര്?

സ്ട്രാറ്റോസ്ഫിയർ

67. വിമാനങ്ങൾ പറക്കാൻ അന്തരീക്ഷത്തിൽ ഏറ്റവും യോജിച്ച മേഖല?

സ്ട്രാറ്റോസ്ഫിയർ

68. സൂര്യനിൽനിന്നുമുള്ള അൾട്രാവയലറ്റ് കിരണങ്ങ ളിൽനിന്നും ഭൂമിക്ക് സംരക്ഷണമേകുന്ന കവചം സ്ഥിതി ചെയ്യുന്നത്?

സ്ട്രാറ്റോസ്ഫിയറിലാണ്

69. അന്തരീക്ഷത്തിലെത്തുന്ന നീരാവി തണുത്തുണ്ടാകു ന്നത്?

മേഘം

70. മേഘങ്ങളെക്കുറിച്ച് പഠനം നടത്തുന്ന ശാസ്ത്രശാഖയുടെ പേര്?

നെഫോളജി

71. അന്തരീക്ഷത്തിലെ ബാഷ്പകണികകളുടെയും ചെറുമഞ്ഞുകഷണങ്ങളുടെയും ശേഖരമാണ്?

മേഘങ്ങൾ

72. അന്തരീക്ഷത്തിലെ മഴ, മഞ്ഞ് എന്നിവയ്ക്ക് കാരണമാകുന്നത്?

മേഘങ്ങൾ

73. മേഘങ്ങളെ രൂപത്തിന്റെ അടിസ്ഥാനത്തിൽ എങ്ങനെ തരംതിരിക്കുന്നു?

സ്ട്രാറ്റസ്, കുമുലസ്,
സിറസ് എന്നീ വിഭാഗങ്ങളായി

74. ഒരു പാളിപോലെ കാണപ്പെടുന്ന മേഘവിഭാഗം?

സ്ട്രാറ്റസ്

75. ഒരു കൂമ്പാരംപോലെ കാണപ്പെടുന്ന മേഘവിഭാഗമറിയപ്പെടുന്നത്?

കുമുലസ്

76. തൂവൽ, നാര് എന്നീ ആകൃതിയിൽ കാണപ്പെടുന്ന മേഘങ്ങൾ ഏത് വിഭാഗത്തിൽപ്പെടുന്നു?

സിറസ്

77. മൂടൽമഞ്ഞായി മാറുന്ന മേഘങ്ങൾ ഏത് വിഭാഗത്തിൽപ്പെടുന്നു?

സ്ട്രാറ്റസ്

78. ഭൂമിയിൽനിന്നും എത്ര അകലത്തിലാണ് മഴമേഘങ്ങൾ കാണപ്പെടുന്നത്?

രണ്ടുകിലോമീറ്റർ വരെ ഉയരത്തിൽ

79. മേഘങ്ങളെ ആദ്യമായി വർഗ്ഗീകരിച്ച ബ്രിട്ടീഷ് കാലാവസ്ഥാ ശാസ്ത്രജ്ഞൻ?

ലൂക്ക് ഹൊവാർഡ്

80. ഭൂമിയുടെ ഉപരിതലത്തോട് ചേർന്നുള്ള ഏറ്റവും പ്രധാന മേഘവിഭാഗം?

സ്ട്രാറ്റസ് മേഘങ്ങൾ

81. മൂടൽമഞ്ഞായി മാറുന്നതും ചെറിയ മഴയ്ക്ക് കാരണമാവുന്നതുമായ മേഘങ്ങൾ?

സ്ട്രാറ്റസ് മേഘങ്ങൾ

82. മഴമേഘങ്ങൾ എന്നറിയപ്പെടുന്നത് ഏതിനം മേഘങ്ങളാണ്?

നിംബോസ്ട്രാറ്റസ്

83. ഭൗമോപരിതലത്തിൽനിന്നും അഞ്ചു കിലോമീറ്ററിലധികം ഉയരത്തിൽ കാണപ്പെടുന്ന മേഘങ്ങൾ അറിയപ്പെടുന്നത്?

ഉന്നത മേഘങ്ങൾ

84. പേരിനൊപ്പം നിംബസ്, നിംബോ എന്നീ വാക്കുകൾ വരുന്നവ ഏതിനം മേഘങ്ങളാണ്?

മഴമേഘങ്ങൾ

85. ഇടിയോടുകൂടിയ കനത്ത മഴയ്ക്ക് കാരണമാവുന്ന മേഘങ്ങൾ?

കുമുലോ നിംബസ് മേഘങ്ങൾ

86. മഴ അളക്കാൻ ഉപയോഗിക്കുന്ന ഉപകരണം?

റെയിൻഗേജ്

87. ഭൂമിയിലെ അന്തരീക്ഷാവസ്ഥയെ നിയന്ത്രിക്കുന്ന ഘടകങ്ങൾ?

താപം, മർദ്ദം, ഈർപ്പനില

88. കര, കടൽ, അന്തരീക്ഷം എന്നിവയ്ക്കിടയിലുള്ള അന്യോന്യ പ്രക്രിയകളുടെ ഭൗതികവും ഗതീയവുമായ ഗുണങ്ങളെക്കുറിച്ചുള്ള പഠനശാഖ?

അന്തരീക്ഷശാസ്ത്രം (Meteorology)

89. അന്തരീക്ഷത്തിലെ സൾഫർഡയോക്സൈഡിന്റെ ആധിക്യം മൂലമുണ്ടാകുന്നത്?

അമ്ലമഴ

90. അന്തരീക്ഷ മലിനീകരണം തടയുന്നതിനായി ഫാക്ടറികളിലെ പുകക്കുഴലുകളിൽ സ്ഥാപിക്കുന്നതെന്ത്?

ഇലക്ട്രോസ്റ്റാറ്റിക് ഫിൽട്ടർ

91. അന്തരീക്ഷസ്ഥിതി നിരീക്ഷിക്കുന്നതിനുള്ള കൃത്രിമ ഉപഗ്രഹം?

അന്തരീക്ഷസ്ഥിതി നിരീക്ഷണ ഉപഗ്രഹം
(Weather Satellite)

92. കാലാവസ്ഥാ നിരീക്ഷണോപഗ്രങ്ങൾ എത്രതരം?

രണ്ട്

1. ധ്രുവീയഭ്രമണ ഉപഗ്രഹങ്ങൾ (Polar Orbitng Satellite)
2. ഭൂസ്ഥിത ഉപഗ്രഹങ്ങൾ (Geo Stationary Satellite)

93. പ്രത്യേക പ്രദേശത്തെ നിശ്ചിതസമയത്തെ അന്തരീക്ഷ നിലയുടെ അതായത് താപം, മർദ്ദം, കാറ്റ്, ഈർപ്പം, മഴ എന്നിവയുടെ ആകത്തുകയാണ്?

അന്തരീക്ഷാവസ്ഥ (Weather)

94. ഒരു പ്രത്യേക പ്രദേശത്തെ കുറച്ചുനാളത്തെ അന്തരീക്ഷാവസ്ഥയെ മൊത്തത്തിൽ സൂചിപ്പിക്കുന്നതാണ്?

കാലാവസ്ഥ (Climate)

95. ഇന്ത്യയിൽ ഉടനീളം അനുഭവപ്പെടുന്ന കാലാവസ്ഥ എന്തെന്നറിയപ്പെടുന്നു?

ഉഷ്ണമേഖലാ മൺസൂൺ കാലാവസ്ഥ

96. ഇന്ത്യൻ കാലാവസ്ഥയിൽ എത്ര ഋതുക്കൾ ഉണ്ട്?

നാല്

97. കാലാവസ്ഥ നിർണ്ണയിക്കുന്ന അടിസ്ഥാനഘടകങ്ങൾ?

മഴ, വെയിൽ, ആപേക്ഷിക ആർദ്രത, കാറ്റ്

98. കൃഷിയിൽ കാലാവസ്ഥയുടെ സ്വാധീനം പഠനവിഷയമാക്കിയിട്ടുള്ള ശാസ്ത്രശാഖ?

കാർഷിക - കാലാവസ്ഥാശാസ്ത്രം
(Agro - Climatology)

99. ഈർപ്പമായി അന്തരീക്ഷത്തിൽ കാണപ്പെടുന്ന ബാഷ്പത്തിന്റെ പേര്?

ആർദ്രത

100. അന്തരീക്ഷത്തിൽ ഈർപ്പം കൂടുതലായാലുണ്ടാവുന്ന പ്രതിഭാസം?

സാന്ദ്രീകരണം

101. അന്തരീക്ഷവായുവിലെ ഈർപ്പം അളക്കുന്നതിന് ഉപയോഗിക്കുന്ന ഉപകരണം?

ഹൈഗ്രോഗ്രാഫ്

102. കേരളത്തിൽ ഇടവപ്പാതി, കാലവർഷം എന്നീ പേരുകളിൽ അറിയപ്പെടുന്നത്?

തെക്കുപടിഞ്ഞാറൻ മൺസൂൺ

103. കേരളത്തിൽ തുലാവർഷം എന്നറിയപ്പെടുന്നത്?

വടക്കുകിഴക്കൻ മൺസൂൺ

104. ഭൗമോപരിതലത്തിന്റെ 71 ശതമാനത്തിലധികം എന്തിനാൽ ചുറ്റപ്പെട്ടിരിക്കുന്നു?

സമുദ്രങ്ങളാൽ

105. സമുദ്രങ്ങളെ അഞ്ചായി തരംതിരിച്ച സംഘടനയുടെ പേരെന്ത്?

അന്താരാഷ്ട്ര ഹൈഡ്രോഗ്രാഫിക്
ഓർഗനൈസേഷൻ

106. പസഫിക് സമുദ്രത്തിന്റെ മറ്റൊരു പേരെന്ത്?

ശാന്തസമുദ്രം

107. ഏറ്റവും വലിയ സമുദ്രമായ പസഫിക് സമുദ്രത്തിന്റെ വിസ്തീർണ്ണം?

ഏകദേശം 166 ദശലക്ഷം ചതുരശ്ര കിലോമീറ്റർ.

108. ഏറ്റവും ആഴമേറിയ സമുദ്രം?

പസഫിക് സമുദ്രം

109. വലുപ്പത്തിൽ രണ്ടാം സ്ഥാനത്തെന്നറിയപ്പെടുന്ന സമുദ്രം?

അറ്റ്ലാന്റിക് സമുദ്രം

110. സമുദ്രത്തെ സംബന്ധിച്ച് പഠനം നടത്തുന്ന ശാസ്ത്ര ശാഖ?

സമുദ്രശാസ്ത്രം (Oceanography)

111. ഒരു രാജ്യത്തിന്റെ പേരിൽ അറിയപ്പെടുന്ന സമുദ്രം?

ഇന്ത്യൻ മഹാസമുദ്രം

112. ഏറ്റവും ചെറിയ സമുദ്രം?

ആർട്ടിക് സമുദ്രം - വിസ്തീർണ്ണം ഏകദേശം
9 ദശലക്ഷം ചതുരശ്ര കിലോമീറ്റർ

113. ഭൗമോപരിതലത്തിലെ ഏറ്റവും ആഴം കുറഞ്ഞ സമുദ്രം?

ആർട്ടിക് സമുദ്രം

114. സമുദ്രജലത്തിൽ കാണപ്പെടുന്ന പ്രധാന ലവണം?

സോഡിയം ക്ലോറൈഡ്

115. ഏറ്റവും ആഴമേറിയ സമുദ്രഭാഗം സ്ഥിതിചെയ്യുന്നത്?

പസഫിക് സമുദ്രത്തിൽ. ചലഞ്ചർ ഗർത്തത്തിലെ
മരിയാന കിടങ്ങാണിത്.

116. മരിയാന കിടങ്ങിന്റെ ആഴം?

11.033 മീറ്ററാണ്

117. ഏറ്റവും ഒടുവിൽ രൂപമെടുത്ത സമുദ്രം?

അറ്റ്ലാന്റിക് സമുദ്രം

118. ഇന്ത്യൻ സമുദ്രത്തിലെ ഏറ്റവും ആഴമുള്ള ഗർത്തം?

വാർട്ടൺ ഗർത്തം

119. ഭൂപടങ്ങളിൽ സമുദ്രനിരപ്പിൽനിന്ന് തീരങ്ങളിലേക്കുള്ള ഉയരം സൂചിപ്പിക്കുന്ന രേഖകൾ?

കോൺടൂർ രേഖകൾ

120. 'ബേ' എന്നറിയപ്പെടുന്ന സമുദ്രഭാഗം?

ഉൾക്കടൽ

121. സമുദ്രനിരപ്പിനടിയിലുള്ള ഐസിന്റെ പേരെന്താണ്?
ഫിയോഡ്സ്

122. അന്റാർട്ടിക്കയ്ക്ക് ചുറ്റുമുള്ള സമുദ്രം ഏതാണ്?
അന്റാർട്ടിക് സമുദ്രം

123. ഭൂമിയിലെ കരഭാഗങ്ങളിൽ വച്ചേറ്റവും താഴ്ന്നഭാഗം?
ചാവുകടൽ

124. സമുദ്രത്തിനടിയിലുള്ള ഏറ്റവും ഉയരം കൂടിയ പർവ്വതം എവിടെയാണ് സ്ഥിതിചെയ്യുന്നത്?
ടോംഗട്രഞ്ചിൽ

125. സമുദ്രജലത്തിന്റെ തുടർച്ചയായ ഒഴുക്കിനെ വിളിക്കുന്നതെന്ത്?
സമുദ്രജലപ്രവാഹം അഥവാ കറന്റ്

126. എല്ലാ രാജ്യങ്ങൾക്കും പ്രവേശിക്കാൻ സ്വാതന്ത്ര്യമുള്ള സമുദ്രഭാഗം?
പുറംകടൽ

127. മൂന്ന് സമുദ്രങ്ങളുമായി (പസഫിക്, അറ്റ്ലാന്റിക്, ആർട്ടിക്) തീരപ്രദേശമുള്ള രാജ്യങ്ങൾ?
അമേരിക്ക, കാനഡ

128. ലോകത്ത് ഏറ്റവും കൂടുതൽ കടൽത്തീരമുള്ള രാജ്യം?
കാനഡ

129. ലോകത്തിൽ ഏറ്റവും കുറച്ച് ഭാഗത്തുമാത്രം കടൽത്തീരമുള്ള രാജ്യം?
മൊണോക്കോ - 4 കി മീ മാത്രം

130. ലോകത്തിലെ കടൽത്തീരങ്ങളില്ലാത്ത രാജ്യങ്ങളെ സൂചിപ്പിക്കുന്നതിനായി ഉപയോഗിക്കുന്ന നാമം?
കരബന്ധിത രാജ്യങ്ങൾ

131. ലോകത്തിലെ ഏറ്റവും നീളം കൂടിയ ബീച്ചിന്റെ പേര്?
പ്രയാഡോ കാസിനോ - 250 കി മീ

132. ലോകത്തിലെ ഏറ്റവും നീളം കൂടിയ ബീച്ച് സ്ഥിതിചെയ്യുന്ന രാജ്യം?

ബ്രസീൽ

133. കേരളത്തിൽ എത്ര ജില്ലകളിലാണ് കടൽത്തീരമുള്ളത്?

ഒമ്പത്

134. ഏറ്റവും കൂടുതൽ കടൽത്തീരമുള്ള കേരളത്തിലെ ജില്ല?

കണ്ണൂർ

135. കേരളത്തിൽ ഏറ്റവും കുറച്ച് കടൽത്തീരമുള്ള ജില്ല?

കൊല്ലം

136. കേരളത്തിലെ ഏറ്റവും വലിയ ബീച്ച്?

കണ്ണൂരിലെ മുഴുപ്പിലങ്ങാട്

137. ഹവ്വാബീച്ച്, സമുദ്രാബീച്ച് എന്നിവ കാണപ്പെടുന്നതെവിടെ?

കേരളത്തിലെ കോവളത്ത്

138. രണ്ട് കരഭാഗങ്ങൾക്കിടയിൽ സ്ഥിതിചെയ്യുന്ന വീതി കുറഞ്ഞ സമുദ്രഭാഗം അറിയപ്പെടുന്നത്?

കടലിടുക്ക്

139. ഡോവർ കടലിടുക്ക് വേർതിരിക്കുന്ന രാജ്യങ്ങൾ ഏതാണ്?

ബ്രിട്ടൻ, ഫ്രാൻസ്

140. ആഫ്രിക്ക, യൂറോപ്പ് ഭൂഖണ്ഡങ്ങളെ വേർതിരിക്കുന്ന കടലിടുക്ക്?

ജിബ്രാൾട്ടർ

141. ഏഷ്യയെയും യൂറോപ്പിനെയും വേർതിരിക്കുന്ന കടലിടുക്കിന്റെ പേരെന്ത്?

ബോസ് പറസ്

142. ഏഷ്യ, വടക്കെ അമേരിക്ക ഭൂഖണ്ഡങ്ങളെ വേർതിരിക്കുന്ന കടലിടുക്ക്?

ബെറിങ്

143. ബെറിങ് കടലിടുക്ക് എവിടെ സ്ഥിതിചെയ്യുന്നു?

റഷ്യ, അമേരിക്ക എന്നീ രാജ്യങ്ങൾക്കിടയിൽ

144. ഓസ്ട്രേലിയ വൻകരയെ ടാസ്മാനിയയിൽനിന്നും വേർതിരിക്കുന്ന കടലിടുക്ക്?

ബാസ് കടലിടുക്ക്

145. ചെങ്കടലിനെയും ഏദൻ ഉൾക്കടലിനെയും തമ്മിൽ ബന്ധിപ്പിക്കുന്ന കടലിടുക്ക്?

ബാബ് - എൽ - മാൻദെബ

146. കാനഡയെയും ഗ്രീൻലാന്റിനെയും വേർതിരിക്കുന്ന കടലിടുക്ക്?

ഡേവിഡ് കടലിടുക്ക്

147. തെക്കെ അമേരിക്കയെയും അന്റാർട്ടിക്ക ഭൂഖണ്ഡങ്ങളെയും വേർതിരിക്കുന്ന കടലിടുക്കാണ്?

ഡ്രേക്ക് പാസേജ്

148. ലോകത്തിലെ ഏറ്റവും നീളമേറിയ കടലിടുക്കാണ്?

മലാക്കാ

149. മലകളെയും പർവ്വതങ്ങളെയുംകുറിച്ച് ശാസ്ത്രീയമായി പഠനം നടത്തുന്ന ശാസ്ത്രശാഖയാണ്?

ഓറോളജി

150. ലോക പർവ്വതദിനമായി ആചരിക്കുന്നത്?

ഡിസംബർ 11

151. ലോകത്തിലെ ഏറ്റവും ഉയരം കൂടിയ പർവ്വതനിര?

ഹിമാലയം

152. ഹിമലായം ഏത് പർവ്വത വിഭാഗത്തിൽ ഉൾപ്പെടുന്നു?

മടക്കുപർവ്വതങ്ങൾ

153. ഏതെല്ലാ മലനിരകൾ ചേർന്നതാണ് ഹിമാലയ പർവ്വതം?

ഹിമാദ്രി, ഹിമാചൽ, സിവാലിക്

154. ലോകത്തിലെ ഏറ്റവും ഉയരം കൂടിയ കൊടുമുടിയായ എവറസ്റ്റ് സ്ഥിതിചെയ്യുന്നത് ഹിമാലയത്തിന്റെ ഏത് പർവ്വതനിരയിലാണ്?

ഹിമാദ്രി

155. എവറസ്റ്റ് കൊടുമുടിയുടെ ഉയരം എത്രയാണ്?

8848 മീറ്റർ

156. സർവേയർ ജനറലായിരുന്ന സർ ജോർജ്ജ് എവറസ്റ്റിന്റെ സ്മരണാർത്ഥം എവറസ്റ്റിനെ മൗണ്ട് എവറസ്റ്റ് എന്ന് നാമകരണം ചെയ്ത വർഷം?

1865

157. എവറസ്റ്റ് കൊടുമുടിയുടെ മുകളിൽ ആദ്യമായി കയറിയത്?

ടെൻസിങ് നോർഗെ, എഡ്മണ്ട് ഹിലാരി
എന്നിവർ 1953 മെയ് 29 ന്

158. എവറസ്റ്റ് കീഴടക്കിയ ആദ്യ വനിത?

ജപ്പാൻകാരിയായ ജുങ്കോതാബേ, 1975 മെയ് 16 ന്

159. ലോകത്തിലെ ഏറ്റവും ഉയരം കൂടിയ രണ്ടാമത്തെ കൊടുമുടി?

മൗണ്ട് കെ - 2 അഥവാ ഗോഡ്വിൻ ഓസ്റ്റിൻ

160. മൗണ്ട് കെ - 2 സ്ഥിതിചെയ്യുന്നത് പാകിസ്ഥാൻ അധിനിവേശ കാശ്മീരിൽ ഏത് പർവ്വതനിരകളിലാണ്?

കാരക്കോറം

161. മൗണ്ട് കെ - 2 വിന്റെ ഉയരം?

8611 മീറ്ററാണ്

162. ലോകത്തിലെ ഉയരം കൂടിയ കൊടുമുടികളിൽ മൂന്നാം സ്ഥാനം ഹിമാലയത്തിന്റെ ഹിമാദ്രി നിരകളിൽ സ്ഥിതി ചെയ്യുന്ന ഏത് കൊടുമുടിക്കാണ്?

കാഞ്ചൻജംഗ

163. സിക്കിമിൽ സ്ഥിതിചെയ്യുന്ന കാഞ്ചൻജംഗയുടെ ഉയരമെത്ര?

8586 മീറ്റർ

164. പശ്ചിമഘട്ട മലനിരയിലെ ഏറ്റവും പ്രധാന ചുരമേത്?

പാലക്കാട് ചുരം

165. ഏത് ദേശീയോദ്യാനത്തിലാണ് ആനമുടി സ്ഥിതിചെയ്യുന്നത്?

ഇരവികുളം

166. പശ്ചിമഘട്ടത്തിലെ ഏറ്റവും ഉയരമുള്ള കൊടുമുടി ഏത്?

ആനമുടി (2695 മീറ്റർ)

167. ആനമുടി സ്ഥിതി ചെയ്യുന്നതെവിടെയാണ്?

ഇടുക്കി ജില്ലയിലെ മൂന്നാർ പഞ്ചായത്തിൽ

168. ആനമുടിയുടെ ഉയരമെത്ര?

2695 മീറ്റർ

169. കേരളത്തിന്റെ കിഴക്കേ അതിരായി നിലകൊള്ളുന്ന പർവ്വതം?

പശ്ചിമഘട്ടം

170. പശ്ചിമഘട്ടവും പൂർവ്വഘട്ടവും യോജിക്കുന്ന സ്ഥലം?

നീലഗിരി

171. ഗോവയുടെ കിഴക്കേ അതിരായുള്ള പർവ്വതനിര ഏത്?

പശ്ചിമഘട്ടം

172. അന്താരാഷ്ട്ര പർവ്വതവർഷമായി പ്രഖ്യാപിക്കപ്പെട്ട വർഷം?

2002

173. ഇന്ത്യയിലെ ഏറ്റവും പ്രായംകൂടിയ പർവ്വതമായി അറിയപ്പെടുന്നത്?

ആരവല്ലി

174. ആരവല്ലി പർവ്വതം സ്ഥിതി ചെയ്യുന്നതെവിടെ?

രാജസ്ഥാനിൽ

175. ആഫ്രിക്കയിലെ പ്രമുഖ പർവ്വതനിരയാണ്?

അറ്റ്ലസ്

176. യൂറോപ്പിലെ ഉയരംകൂടിയ കൊടുമുടിയുടെ പേര്?

എൽബ്രൂസ്

177. അഗ്നിപർവ്വതങ്ങളിൽനിന്നും പുറത്തേക്കൊഴുകുന്ന ഉരുകിയ ശിലാദ്രാവകമാണ്?

ലാവ

178. ഏറ്റവും വലിയ അഗ്നിപർവ്വതമേതാണ്?

ഹവായിയിലുള്ള മൗനലോവ

179. മൗനലോവ സ്ഥിതി ചെയ്യുന്നതെവിടെയാണ്?

പസഫിക് സമുദ്രത്തിൽ

180. മൗനലോവയുടെ ആകെ ഉയരം?

9350 മീറ്റർ - ഇതിൽ 4170 മീറ്റർ കടലിനു മുകളിലും
ബാക്കി കടലിനടിയിലുമാണ്.

181. ലോകത്തിലെ ഏറ്റവും വലിയ ലാവാ പീഠഭൂമി?

ഡെക്കാൺ

182. ലാവ ഒഴുകി ഉണ്ടായ ഡെക്കാൺ പീഠഭൂമി സ്ഥിതിചെയ്യുന്നതെവിടെ?

ഇന്ത്യയിൽ

183. അഗ്നിപർവ്വതങ്ങളെ മൂന്നായി തരംതിരിച്ചിരിക്കുന്നു. അവ എപ്രകാരം?

എപ്പോഴും പ്രവർത്തിക്കുന്നത് - Active
സുഷ്പ്താവസ്ഥയിലുള്ളത് - Dormant
(ഒരുകാലത്ത് പൊട്ടിത്തെറിച്ചശേഷം ശാന്തമായിരിക്കുന്നത്)
പ്രവർത്തനശേഷി നിലച്ചത് - Extinct

184. ഇനിയൊരു പൊട്ടിത്തെറിക്ക് സാദ്ധ്യതയില്ലാത്ത അഗ്നിപർവ്വതങ്ങൾ അറിയപ്പെടുന്നത്?

നിർജ്ജീവ അഗ്നിപർവ്വതങ്ങൾ

185. ലോകത്തിലെ ഏറ്റവും ഉയരത്തിലുള്ള സജീവ അഗ്നിപർവ്വതമേത്? സ്ഥിതിചെയ്യുന്നതെവിടെ?

കോട്ടോപാക്സി (Cotopaxi) സമുദ്രനിരപ്പിൽനിന്ന്
5896 മീറ്റർ ഉയരം. തെക്കേ അമേരിക്കയിലെ
ഇക്വഡോറിൽ സ്ഥിതിചെയ്യുന്നു.

186. അഗ്നിപർവ്വതസ്ഫോടനത്തിൽ നാമാവശേഷമായ ഒരു പ്രാചീന നഗരം ഏതാണ്?

പോംപി

187. ഇന്ത്യയിലെ ഏക സജ്ജീവ അഗ്നിപർവ്വതം സ്ഥിതിചെയ്യുന്നതെവിടെയാണ്?

ആൻഡമാൻ ദ്വീപസമൂഹങ്ങളുടെ ഭാഗമായ
ബാരൺ ദ്വീപിൽ

188. അഗ്നിപർവ്വതങ്ങളുടെ പ്രവർത്തനഫലമായി ഉണ്ടാകുന്ന തടാകങ്ങളറിയപ്പെടുന്നത്?

കൽഡേര തടാകങ്ങൾ

189. ലോകത്തിൽ ഏറ്റവും കൂടുതൽ അഗ്നിപർവ്വതങ്ങളുടെ രാജ്യം?

ഐസ്‌ലാന്റ്

190. നദികളെക്കുറിച്ചുള്ള ശാസ്ത്രീയ പഠനശാഖയാണ്?

പോട്ടമോളജി

191. ലാബ്രഡോർ എന്നറിയപ്പെടുന്ന പ്രതിഭാസം?

ശീതജല പ്രവാഹം

192. ലോകത്തിലെ ഏറ്റവും വലുതും വേഗം വളർന്നുകൊണ്ടിരിക്കുന്നതുമായ ഡൽറ്റ?

സുന്ദരവനം

193. ഗംഗയും ബ്രഹ്മപുത്രയും ചേർന്നുണ്ടായ വിസ്തൃതവും ഫലഭൂയിഷ്ടവുമായ ഡൽറ്റയുടെ പേര്?

സുന്ദരവനം

194. കാവേരി നദിയുടെ ഉത്ഭവസ്ഥാനം?

കൂർഗ് മലകളിലെ ബ്രഹ്മഗിരി

195. നർമ്മദ നദിയുടെ ഉത്ഭവസ്ഥാനം?

അമർഖണ്ഡക് പീഠഭൂമി

196. ഇന്ത്യയിൽ സ്വകാര്യവല്ക്കരിക്കപ്പെട്ട ആദ്യ നദിയുടെ പേര്?

ഛത്തീസ്ഗഡിലൂടെ ഒഴുകുന്ന
ഷിയോനാഫ് നദി

197. തമിഴ്നാട്ടിലെ ആനമലയിൽനിന്ന് ഉത്ഭവിച്ച് അറബിക്കടലിൽ പതിക്കുന്ന നദി?

ഭാരതപ്പുഴ

198. ലോകത്തിൽ ഏറ്റവും കൂടുതൽ രാജ്യങ്ങളിലൂടെ ഒഴുകുന്ന നദി?

യൂറോപ്പിലെ ഡാന്യൂബ്

199. ജർമ്മനിയിലെ ബ്ലാക്ഫോറസ്റ്റിൽനിന്ന് ഉത്ഭവിച്ച് കരിങ്കടലിൽ പതിക്കുന്നതിനിടയിൽ ഡാന്യൂബ് നദി കടന്നുപോകുന്ന പത്തു രാജ്യങ്ങൾ ഏതെല്ലാമാണ്?

ജർമ്മനി, ഓസ്ട്രിയ, സ്ലോവാക്യ, ഹംഗറി, ക്രൊയേഷ്യ, സെർബിയ, ബർഗേറിയ, റുമേനിയ, യുക്രൈൻ, മോൾഡോവ

200. പീരുമേട് പീഠഭൂമിയിൽ നിന്ന് ഉത്ഭവിച്ച് വേമ്പനാട്ടു കായലിൽ പതിക്കുന്ന നദി?

പമ്പ

201. ദക്ഷിണ ഭാഗീരഥി എന്നറിയപ്പെടുന്ന നദി?

പമ്പ

202. ഭൂമിയുടെ സംരക്ഷണാവരണം എന്നറിയപ്പെടുന്നതെന്താണ്?

ഓസോൺപാളി

203. ഓസോൺ പാളിയിലെ വിള്ളലുകൾ ആദ്യമായി കണ്ടെത്തിയത് എവിടെ?

ദക്ഷിണധ്രുവത്തിൽ - അന്റാർട്ടിക്കയുടെ അന്തരീക്ഷത്തിൽ

204. പരിസ്ഥിതിയെയും അതിന്റെ സംരക്ഷണത്തെയുംകുറിക്കുന്നതിനായി ഉപയോഗിക്കുന്ന നിറം?

പച്ച

205. ഹരിതഗൃഹവാതകങ്ങൾ അന്തരീക്ഷവായുവിൽ അടിഞ്ഞുകൂടുന്നതിന്റെ ഫലമായി അന്തരീക്ഷത്തിന്റെ

ശരാശരി താപനില ക്രമേണ വർദ്ധിച്ചുവരുന്നു. ഈ പ്രതി ഭാസത്തിന്റെ പേരെന്ത്?

ആഗോളതാപനം (Global Warming)

206. ഹരിതഗൃഹ വാതകങ്ങൾ ഏതെല്ലാം?

കാർബൺഡൈഓക്സൈഡ്, മീഥേൽ, നൈട്രസ് ഓക്സൈഡ്, ക്ലോറോ ഫ്ളൂറോ കാർബണുകൾ, നീരാവി

207. ആഗോളതാപത്തിന്റെ പരിണിതഫലമെന്ത്?

ഉയർന്ന താപനില, വരണ്ട മണ്ണ്, ഈർപ്പമേറിയ അന്തരീക്ഷം എന്നിവയാണ്.

208. ആഗോളതാപനം നിയന്ത്രിക്കുന്നതിനുള്ള ഉപാധിയെന്ത്?

അന്തരീക്ഷത്തിലേക്കുള്ള കാർബൺ വിസർജ്ജനം കുറയ്ക്കണം

209. ധ്രുവപ്രദേശങ്ങളിലെ മഞ്ഞുപാളികൾ ഉരുകുന്നതിന് കാരണമെന്ത്?

ആഗോളതാപനം

210. ഒരു പദാർത്ഥത്തിലെ തന്മാത്രകളെ മറ്റൊരു പദാർത്ഥ ത്തിനുള്ളിലേക്ക് നേരിട്ടു സ്വീകരിക്കുന്ന പ്രക്രിയ അറി യപ്പെടുന്നത്?

ആഗിരണം (absorption)

211. പ്രകൃതിയിലെ പ്രധാനപ്പെട്ട നീരൊഴുക്കുകൾ ഏതെല്ലാം?

ഉപരിതല നീരൊഴുക്കും ഭൂഗർഭതല നീരൊഴുക്കും

212. മണ്ണൊലിപ്പിനു കാരണമാവുന്ന നീരൊഴുക്ക് ഏത്?

ഉപരിതല നീരൊഴുക്ക്

213. ഇന്ത്യയിലെ ഏറ്റവും നീളം കൂടിയ നദി?

ഗംഗ

214. ഇന്ത്യയുടെ ദേശീയ നദി?

ഗംഗ

215. ഇന്ത്യയിലെ നദികളിൽ വച്ചേറ്റവും കൂടുതൽ ജലം ഉൾക്കൊള്ളുന്ന നദി?

ബ്രഹ്മപുത്ര

216. ദക്ഷിണേന്ത്യയിലെ ഏറ്റവും നീളം കൂടിയ നദി?

ഗോദാവരി

217. 'വൃദ്ധഗംഗ' എന്നറിയപ്പെടുന്ന ദക്ഷിണേന്ത്യൻ നദി?

ഗോദാവരി

218. നദികളിലും വലിയ തടാകങ്ങളിലും ജലപ്രവാഹം തടഞ്ഞു നിർത്തുന്നതിലേക്കായി മനുഷ്യൻ നിർമ്മിക്കുന്ന സംഭരണികളുടെ പേരെന്ത്?

അണക്കെട്ടുകൾ (Dams)

219. ഇന്ത്യയിലെ ഏറ്റവും പഴക്കമേറിയ അണക്കെട്ട്?

കല്ലണ അഥവാ ഗ്രാന്റ് അണക്കെട്ട്

220. കല്ലണ അണക്കെട്ട് ഏത് നദിയിലാണ്?

തമിഴ്നാട്ടിൽ കാവേരിയിൽ

221. കല്ലണ അണക്കെട്ട് നിർമ്മിച്ചതാരാണ്?

ബി സി രണ്ടാം നൂറ്റാണ്ടിൽ

ചോളരാജാവായ കരികാലൻ

222. ഇന്ത്യയിലെ ഏറ്റവും നീളം കൂടിയ അണക്കെട്ട്?

ഹിരാക്കുഡ്

223. കേരളത്തിലെ ആദ്യ ആർച്ച് ഡാം ഏതാണ്?

ഇടുക്കി

224. മുല്ലപ്പെരിയാർ അണക്കെട്ട് ഏത് ജില്ലയിലാണ്?

ഇടുക്കി

225. ലോകത്തെ ഏറ്റവും കാലപ്പഴക്കമുള്ള അണക്കെട്ട് ഏതാണ്?

ജോർദ്ദാനിലെ ജാവാ അണക്കെട്ട്

226. ജാവാ അണക്കെട്ട് പണികഴിപ്പിച്ചതെപ്പോൾ?

ബി സി 3000 ലാണെന്ന് കരുതപ്പെടുന്നു.

227. ഇന്ത്യയിലെ ഏറ്റവും ഉയരംകൂടിയ അണക്കെട്ടേത്?

ഉത്തരാഖണ്ഡിലുള്ള തെഹ്‌രി

228. ഇന്ത്യയിലെ ഏറ്റവും ഉയരംകൂടിയ അണക്കെട്ടായ തെഹ്‌രി ഏത് നദിയിലാണ് സ്ഥിതിചെയ്യുന്നത്?

ഭഗീരഥിയിൽ

229. ഭഗീരഥി നദിയിലെ തെഹ്‌രി അണക്കെട്ടിന്റെ ഉയരമെത്ര?

261 മീറ്റർ

230. ലോകത്തിലെ ഏറ്റവും ഉയരം കൂടിയ അണക്കെട്ടേതാണ്?

താജികിസ്ഥാനിലെ നുറെക്ക് (300 മീറ്റർ ഉയരം)

231. ലോകത്തിലെ ഏറ്റവും കൂടുതൽ വൈദ്യുതി ഉല്പാദിപ്പിക്കുന്ന പദ്ധതി സ്ഥിതിചെയ്യുന്നത് ഏത് അണക്കെട്ടിലാണ്?

ചൈനയിലെ ത്രീഗോർജസ് അണക്കെട്ട്

232. ചൈനയിലെ ത്രീഗോർജസ് അണക്കെട്ട് ഏത് നദിയിലാണ് സ്ഥിതിചെയ്യുന്നത്?

യാങ്റ്റീസി നദിയിൽ

233. കേരളത്തിൽ ഏറ്റവും കൂടുതൽ അണക്കെട്ടുകളുള്ള നദി?

പെരിയാർ

234. കേരളത്തിലെ ഏറ്റവും ഉയരം കൂടിയ അണക്കെട്ട്?

ഇടുക്കി അണക്കെട്ട്

235. വർഷത്തിൽ 250 മി മീറ്ററോ അതിൽക്കുറവായോ മഴ പെയ്യുന്ന വരണ്ട പ്രദേശങ്ങൾ അറിയപ്പെടുന്നത്?

മരുഭൂമി

236. മരുഭൂമിയിൽ സസ്യങ്ങളും ജന്തുക്കളും കാണപ്പെടുന്ന ചെറിയ പ്രദേശങ്ങൾക്ക് പറയുന്ന പേരെന്ത്?

മരുപ്പച്ച (Oasis)

237. മരുഭൂമിയിലെ ജീവിതത്തിന് അനുകൂലമായി രൂപാന്തരം പ്രാപിച്ച സസ്യങ്ങൾക്ക് പറയുന്ന പേര്?

മരുരൂഹങ്ങൾ (Xerophytes)

238. ലോകത്തിലെ ഏറ്റവും വലിയ മരുഭൂമി ഏത്? എവിടെ സ്ഥിതി ചെയ്യുന്നു?

ആഫ്രിക്കയിലെ സഹാറ

239. സഹാറയുടെ വിസ്തൃതി എത്ര?

ഏകദേശം 90 ലക്ഷം ചതുരശ്ര കിലോമീറ്റർ

240. ലോകത്തിലെ ഏറ്റവും തണുത്ത മരുഭൂമിയുടെ പേരെന്ത്?

ഗോബി

241. മരുഭൂമികളെപ്പറ്റിയുള്ള പഠനശാഖ?

എറെമോളജി

242. മരുഭൂമിയിൽ വസിക്കുന്ന ജന്തുജാലങ്ങൾ അറിയപ്പെടുന്നതെങ്ങനെ?

സിറൊക്കോളുകൾ

243. ഏറ്റവും കുറച്ച് മരുപ്രദേശമുള്ള ഭൂഖണ്ഡം?

യൂറോപ്പ്

244. ഇന്ത്യയിലെ ഏറ്റവും വലിയ മരുഭൂമി?

താർ മരുഭൂമി

245. ലോകരാജ്യങ്ങൾക്കിടയിൽ വലിപ്പത്തിൽ ഇന്ത്യയുടെ സ്ഥാനം എത്രാമതാണ്?

ഏഴ്

246. ഇന്ത്യയുടെ വിസ്തൃതി എത്ര ചതുരശ്ര കിലോമീറ്ററാണ്?

32,87,263 ചതുരശ്ര കി മീ

247. ഇന്ത്യയുമായി അതിർത്തി പങ്കിടുന്ന രാജ്യങ്ങളെത്ര?

ഏഴ്

248. ഇന്ത്യയിൽ ഏറ്റവും കൂടുതൽ കാണപ്പെടുന്ന മണ്ണ്?

എക്കൽമണ്ണ്

249. ബൊട്ടാണിക്കൽ സർവ്വേ ഓഫ് ഇന്ത്യ സ്ഥാപിതമായ വർഷം?

1890

250. സുവോളജിക്കൽ സർവ്വേ ഓഫ് ഇന്ത്യ സ്ഥാപിതമായ വർഷം?

1916

251. ദേശീയ വനനയം പ്രാബല്യത്തിൽ വന്ന വർഷം?

1952

252. നാഷണൽ വൈൽഡ് ലൈഫ് ആക്ഷൻ പ്ലാൻ നിലവിൽ വന്നതെപ്പോഴാണ്?

1973

253. പരിസ്ഥിതി പ്രത്യാഘാത വിലയിരുത്തൽ Environmental Impact Assessment നിലവിൽ വന്ന വർഷം?

1994

254. ഇന്ത്യൻ നാഷണൽ ജീൻ ബാങ്ക് എന്ന പേരിൽ ജനിതക ബാങ്ക് നിലവിൽ വന്ന വർഷം?

1996

255. ഇന്ത്യൻ ജൈവവൈവിദ്ധ്യ നിയമം (Biological Diversity Act 2002) നിലവിൽ വന്ന വർഷം?

2002

256. നാഷണൽ എൺവയോൺമെന്റ് പോളിസി (NEP) നിലവിൽ വന്ന വർഷം?

2006

257. ഇന്ത്യയിലെ ഏറ്റവും വലിയ തടാകം?

ചിൽക്ക തടാകം

258. ഇന്ത്യയിലെ ഏറ്റവും വലിയ ശുദ്ധജല തടാകം?

കൊല്ലേരു

259. ലോകത്തിലെ ഏറ്റവും വലിയ അഴിപ്രദേശം?

ഗംഗാ ഡെൽറ്റ

260. നദികൾ വഹിച്ചു കൊണ്ടുവരുന്ന അവസാദങ്ങൾ സമുദ്രത്തിലും നദിയോരങ്ങളിലും നിക്ഷേപിക്കുന്നതിന്റെ ഫലമായി ഉണ്ടാകുന്ന മണൽത്തിട്ടകളാണ്?

ഡെൽറ്റകൾ

261. ഇന്ത്യയിലൂടെ ഒഴുകുന്നവയിൽ ഏറ്റവും ജലസമൃദ്ധമായ നദിയേത്?

ബ്രഹ്മപുത്ര

262. ആസാമിന്റെ ദുഃഖം, ചുവന്ന നദി എന്നീ പേരുകളിൽ അറിയപ്പെടുന്ന നദി?

ബ്രഹ്മപുത്ര

263. തെക്കുകിഴക്കൻ ഏഷ്യയിലെ ഏറ്റവും വലിയ നദീജന്യ ദ്വീപായ മാജുലിക്ക് രൂപം നല്കുന്ന നദി?

ബ്രഹ്മപുത്ര

264. മാജുലിദ്വീപ് സ്ഥിതിചെയ്യുന്ന സംസ്ഥാനം?

അസം

265. ദക്ഷിണ ഗംഗ എന്നറിയപ്പെടുന്ന നദി ഏതാണ്?

കാവേരി

266. മരുഭൂമിയിലൂടെ ഒഴുകുന്ന ഇന്ത്യൻ നദി?

ലൂണി

267. സാൾട്ട് റിവർ എന്നറിയപ്പെടുന്ന നദി?

ലൂണി

268. തെക്കേ ഇന്ത്യയിലെ ഏറ്റവും വലിയ നദി?

ഗോദാവരി

269. കേരളത്തിൽ എത്ര നദികളാണുള്ളത്?

44

270. കേരളത്തിൽ പടിഞ്ഞാറോട്ടൊഴുകുന്ന നദികളെത്ര?

41

271. കേരളത്തിൽ കിഴക്കോട്ടൊഴുകുന്ന നദികളെത്ര? അവയുടെ പേര്?

മൂന്നെണ്ണം - കബനി, ഭവാനി, പാമ്പാർ

272. നദികളെക്കുറിച്ചുള്ള പഠനം ഏതുപേരിലാണ് അറിയപ്പെടുന്നത്?

പോട്ടമോളജി

273. കേരളത്തിലൂടെ ഏറ്റവും കൂടുതൽ ദൂരമൊഴുകുന്ന നദി?

പെരിയാർ

274. ഏറ്റവും കൂടുതൽ ജലം വഹിക്കുന്ന കേരളത്തിലെ നദി?

പെരിയാർ

275. പെരിയാർ കേരളത്തിലൂടെ ഒഴുകുന്ന ദൂരമെത്ര?

244 കി മീറ്റർ

276. പെരിയാർ പ്രാചീനകാലത്ത് അറിയപ്പെട്ടിരുന്നത് ഏത് നാമത്തിലാണ്?

ചൂർണി

277. പെരിയാറിന്റെ ഉത്ഭവം എവിടെനിന്നാണ്?

സഹ്യപർവ്വതത്തിലെ ശിവഗിരിമലയിൽനിന്ന്

278. കേരളത്തിൽ ഏറ്റവും കൂടുതൽ അണക്കെട്ടുകൾ നിർമ്മിച്ചിരിക്കുന്ന പെരിയാറിന്റെ പോഷകനദികൾ?

മുതിരപ്പുഴ, മുല്ലയാറ്, പെരുന്തറയാറ്, കട്ടപ്പനയാറ്, ചെറുതോണിയാറ്

279. കേരളത്തിൽ ആലുവാപ്പുഴയെന്നറിയപ്പെടുന്ന നദി?

പെരിയാർ

280. നീളത്തിൽ കേരളത്തിൽ രണ്ടാം സ്ഥാനത്ത് നില്ക്കുന്ന നദി?

ഭാരതപ്പുഴ, 209 കി മീറ്റർ

281. ഭാരതപ്പുഴയുടെ ഉത്ഭവസ്ഥാനമേത്?

തമിഴ്നാട്ടിലെ ആനമലയിൽ

282. ഭാരതപ്പുഴയുടെ പ്രധാന പോഷകനദികൾ?

ഗായത്രിപ്പുഴ, കണ്ണാടിപ്പുഴ, കൽപ്പാത്തിപ്പുഴ, തൂതപ്പുഴ

283. സൈലന്റ്‌വാലിയിലൂടെ ഒഴുകുന്ന ഭാരതപ്പുഴയുടെ പോഷകനദി?

കുന്തിപ്പുഴ

284. കേരളത്തിലെ ഏറ്റവും ചെറിയ നദി?

മഞ്ചേശ്വരം പുഴ (16 കി മീറ്റർ)

285. കേരളത്തിൽ ഏറ്റവും കൂടുതൽ നദികൾ ഒഴുകുന്ന ജില്ല?

കാസർകോഡ്

286. കേരളത്തിലെ കായലുകളുടെ എണ്ണം?

34

287. കേരളത്തിലെ ഏറ്റവും വലിയ ശുദ്ധജലതടാകം ഏതാണ്?

കൊല്ലം ജില്ലയിലെ ശാസ്താംകോട്ട കായൽ
(3.7 ച കി മീ)

288. കേരളത്തിലെ ഏറ്റവും വലിപ്പമുള്ള കായലേതാണ്?

വേമ്പനാട്ട് കായൽ

289. വേമ്പനാട്ടു കായലിലെ ദ്വീപുകൾ ഏതൊക്കെയാണ്?

പാതിരാമണൽ, പള്ളിപ്പുറം, പെരുമ്പളം

290. അറബിക്കടലുമായി വേമ്പനാട്ടുകായൽ ചേരുന്നിടത്തുള്ള തുറമുഖം?

കൊച്ചി തുറമുഖം

291. നദികളും കായലുകളും കടലിനോട് ചേരുന്നഭാഗം അറിയപ്പെടുന്നതെങ്ങനെയാണ്?

അഴിമുഖങ്ങൾ

292. അഷ്ടമുടിക്കായൽ അറബിക്കടലുമായി ചേരുന്നിടത്തുള്ള അഴിമുഖം?

നീണ്ടകര

293. കേരളത്തിൽ കറുത്തമണ്ണ് കാണപ്പെടുന്ന പ്രദേശം?

പാലക്കാട് ജില്ലയിലെ ചിറ്റൂർ താലൂക്ക്

294. കേരളത്തിലെ ഏറ്റവും പ്രധാന മണ്ണിനം?

ലാറ്ററൈറ്റ്

295. കേരളത്തിൽ വനഭൂമി ഏറ്റവും കൂടുതലുള്ള ജില്ല?

ഇടുക്കി

296. കേരളത്തിലെ ആദ്യത്തെ പക്ഷി സംരക്ഷണ കേന്ദ്രം?

തട്ടേക്കാട് - എറണാകുളം

297. കേരളത്തിൽ എത്ര വനം ഡിവിഷനുകളാണുള്ളത്?

36

298. കേരളത്തിലെ ഏറ്റവും വലിപ്പമേറിയ ദേശീയോദ്യാനം?

ഇരവികുളം

299. സൈലന്റ്‌വാലി ദേശീയോദ്യാനം സ്ഥിതിചെയ്യുന്ന ജില്ല?

പാലക്കാട്

300. ഏഷ്യയിലെ ആദ്യത്തെ ചിത്രശലഭ പാർക്ക് സ്ഥാപിച്ചതെവിടെ?

തെന്മല - കൊല്ലം

301. ലോകത്തിലെ ഏറ്റവും ഉയരമുള്ള വെള്ളച്ചാട്ടം?

ഏയ്ഞ്ചൽ വെള്ളച്ചാട്ടം

302. നദികളില്ലാത്ത ഏക ഭൂഖണ്ഡമേതാണ്?

അന്റാർട്ടിക്ക

303. ലോകത്തിലെ ഏറ്റവും വലിയ നദി ഏത്? എവിടെയാണ്?

ആമസോൺ - തെക്കേ അമേരിക്കയിൽ

304. ലോകത്തിലെ ഏറ്റവും കൂടുതൽ ജലപ്രവാഹമുള്ള നദി?

ആമസോൺ

305. ആമസോണിന്റെ ഉത്ഭവസ്ഥാനമേതാണ്?

പെറുവിൽ - ആൻഡീസ് പർവ്വതനിരയിൽ

306. ലോകത്തിലെ ഏറ്റവും നീളംകൂടിയ നദി?

നൈൽ - ആഫ്രിക്കയിൽ

307. ലോകത്തിലെ ഏറ്റവും ആഴമേറിയ നദി?

ചൈനയിലെ യാങ്റ്റ്സി

308. ശുദ്ധജലാശയങ്ങളെയും അവയിലെ ജീവജാലങ്ങളെയും കുറിച്ച് പഠനം നടത്തുന്ന ശാസ്ത്രശാഖ?

തടാകവിജ്ഞാനം (Limnology)

309. ലോകത്തിലെ ഏറ്റവും വലിയ തടാകമെന്നറിയപ്പെടുന്നത്?

കാസ്പിയൻ കടൽ

310. ഉപ്പുജലത്തടാകമായ കാസ്പിയൻ കടലിന്റെ വിസ്തീർണ്ണം?

ഏകദേശം 374000 ചതുരശ്ര കിലോമീറ്റർ

311. പഞ്ചമഹാതടാകങ്ങൾ ഏതെല്ലാം?

സുപ്പീരിയർ, മിഷിഗൺ, ഹുറോൺ,
എറി, ഒന്റാറിയോ

312. പഞ്ചമഹാതടാകങ്ങൾ സ്ഥിതിചെയ്യുന്നതെവിടെ?

അമേരിക്ക, കാനഡ എന്നീ രാജ്യങ്ങളിലായാണ്

313. പഞ്ചമഹാതടാകങ്ങളിൽ വലിപ്പമേറിയതേതാണ്?

സുപ്പീരിയർ

314. ലോകത്തിലെ ഏറ്റവും ആഴമുള്ള തടാകം?

ബെയ്ക്കൽ

315. റഷ്യയിലുള്ള ബെയ്ക്കൽ തടാകത്തിന്റെ ശരാശരി ആഴമെത്രെ?

730 മീറ്റർ

316. ലോകത്തിൽ വച്ചേറ്റവും ലവണാംശം കൂടിയ തടാകം?

അസാൽ

317. ലോകത്തിൽ ഏറ്റവും കൂടുതൽ തടാകങ്ങളുള്ള രാജ്യമേത്?

കാനഡ

318. ലോകത്തിലെ ഏറ്റവും ആഴം കുറഞ്ഞ തടാകം?

ആഫ്രിക്കയിലെ ചാഡ്തടാകം

319. ഏറ്റവും നീളമുള്ള തടാകമേത്? എവിടെ കാണപ്പെടുന്നു?

ടാങ്കനിക്ക തടാകം - ആഫ്രിക്കയിൽ

320. അന്റാർട്ടിക്കയിൽ ഭൂമിക്കടിയിൽ സ്ഥിതിചെയ്യുന്ന തടാകം?

വോസ്തോക്ക് തടാകം

321. ലോകത്തിലെ ഏറ്റവും വലിയ ദ്വീപ്?

ഗ്രീൻലാന്റ്

322. ലോകത്തിലെ ഏറ്റവും വലിയ ദ്വീപസമൂഹം?

ഇൻഡൊനീഷ്യ

323. ഇന്ത്യയുടെ ഭാഗമായ ഏറ്റവും വലിയ ദ്വീപസമൂഹമായ ആൻഡമാൻ നിക്കോബാർ എവിടെയാണ്?

ബംഗാൾ ഉൾക്കടലിൽ

324. ആൻഡമാൻ നിക്കോബാർ ദ്വീപസമൂഹത്തിലെ ഏറ്റവും വലിയ ദ്വീപെന്നറിയപ്പെടുന്നത്?

നോർത്ത് ആൻഡമാൻ

325. അറബിക്കടലിലെ 36 ദ്വീപുകൾ ചേരുന്നതാണ്?

ലക്ഷദ്വീപ്

326. ലക്ഷദ്വീപ് സമൂഹത്തിലെ ഏറ്റവും വലിയ ദ്വീപ്?

ആന്ത്രോത്ത്

327. തിരമാലകളേയും വേലിയേറ്റങ്ങളേയും സമുദ്രജലപ്രവാഹങ്ങളേയുംക്കുറിച്ച് പഠിക്കുന്ന ശാസ്ത്രശാഖ?

ഓഷ്യാനോഗ്രഫി

328. സമുദ്രത്തിന്റെ ആഴം അളക്കുന്നതിന് ഉപയോഗിക്കുന്ന ഉപകരണം ഏത്?

എക്കോസൗണ്ടർ

329. ജൈവവൈവിദ്ധ്യം എന്ന പദം ആദ്യമായി ഉപയോഗിച്ച താര്?

1985 ൽ വാൾട്ടർ ജിറോസൻ എന്ന വന്യജീവി ശാസ്ത്രജ്ഞൻ

330. സസ്യങ്ങളും ജന്തുക്കളും സഹവർത്തിക്കുന്നതും സാമാന്യം വിസ്തൃതമായ പ്രദേശത്ത് വ്യാപിച്ചു കിടക്കുന്നതുമായ ജീവസമുച്ചയം അറിയപ്പെടുന്നത്?

ജൈവമേഖല (Biome)

331. ജൈവ - വസ്തുക്കൾ സൂക്ഷ്മജീവികളായ ഫംഗസുകളുടെയും ബാക്ടീരിയയുടെയും പ്രവർത്തനഫലമായി വിഘടിച്ച് ജീർണ്ണന പ്രക്രിയയ്ക്ക് വിധേയമാകുന്ന പ്രതിഭാസം?

ജൈവവിഘടനം (Biodegradation)

332. കീടങ്ങളുടെ ശത്രുക്കളായ എതിർപ്രാണികളെയോ സൂക്ഷ്മജീവികളെയോ ഉപയോഗിച്ച് കീടങ്ങളെ നിയന്ത്രിക്കുന്ന രീതി?

ജൈവപ്രാണിനിയന്ത്രണം

333. സസ്യങ്ങളുടെയും ജന്തുക്കളുടെയും ശരീരഭാഗങ്ങളും വിസർജ്ജ്യവസ്തുക്കളും സൂക്ഷ്മജീവികളുടെ പ്രവർത്തനഫലമായി വിഘടിച്ച് ലഭിക്കുന്ന വളമാണ്?

ജൈവവളങ്ങൾ

334. ജൈവ മാലിന്യങ്ങളും ചാണകവും ചേർന്ന മിശ്രിതം അന്തരീക്ഷവായുവിന്റെ സാന്നിദ്ധ്യമില്ലാതെ സൂക്ഷ്മജീവികളുടെ പ്രവർത്തനംമൂലം വിഘടിക്കുമ്പോൾ ഉണ്ടാകുന്ന വാതകം?

ജൈവവാതകം (Biogas)

335. സസ്യങ്ങളുടെയും ജന്തുക്കളുടെയും ശരീരഭാഗങ്ങൾ ജീർണ്ണിച്ച് മണ്ണിൽ അഴുകി ഉണ്ടാകുന്ന ജൈവമിശ്രിതം?

ക്ലേദം

336. ജീവജാലങ്ങളിലെ ജീനുകളെ സമർത്ഥമായി നിയന്ത്രിച്ച് സങ്കരജീവികളെ സൃഷ്ടിക്കുന്ന വിദ്യയാണ്?

ജൈവസാങ്കേതികവിദ്യ (Biotechnology)

337. പ്രകൃതിയിലെ സസ്യങ്ങളുടെയും ജന്തുക്കളുടെയും വൈവിദ്ധ്യത്തെയും അവയുടെ പരിപാലനത്തെയും കുറിച്ചുള്ള ശാസ്ത്രശാഖ?

ജൈവസംരക്ഷണശാസ്ത്രം
(Conservation Biology)

338. അന്തരീക്ഷത്തിലെ ആപേക്ഷിക ആർദ്രത (Relative Humidity) കണ്ടെത്താൻ ഉപയോഗിക്കുന്ന ഉപകരണം?

ഹൈഗ്രോമീറ്റർ

339. കൃത്രിമമഴ പെയ്യിക്കാൻ ഉപയോഗിക്കുന്നതെന്ത്?

സിൽവർ അയോഡൈഡ്

340. വെള്ളത്തിനടിയിലുള്ള വസ്തുക്കൾ കാണുന്നതിന് ഉപയോഗിക്കുന്ന ഉപകരണത്തിന്റെ പേര്?

ഹൈഡ്രോസ്കോപ്പ്

341. മാസങ്ങളോളം കരയിൽ ജീവിക്കാൻ കഴിവുള്ള മത്സ്യം?

പ്രോട്ടോപ്റ്റിറസ്

342. പരിസ്ഥിതി മലിനീകരണം ഏറ്റവും കുറച്ച് വ്യാവസായിക ഉല്പാദനവും മറ്റും നടത്തുന്ന കെമിസ്ട്രിക്കു പറയുന്ന പേരെന്ത്?

ക്യൂൻ കെമിസ്ട്രി (Queen Chemistry)

343. അലസവാതകങ്ങൾ ഏതെല്ലാം?

ആർഗൺ, ഹീലിയം,
നിയോൺ, ക്രിപ്റ്റോൺ, സിനോൺ

344. കേന്ദ്ര നെല്ലുഗവേഷണകേന്ദ്രം സ്ഥിതിചെയ്യുന്നത്?

ഒറീസയിലെ കട്ടക്കിൽ

345. ദേശീയ ശാസ്ത്രദിനമായി ആചരിക്കുന്ന ദിവസം?

ഫെബ്രുവരി 28

346. ലോക വനദിനമായി ആചരിക്കുന്ന ദിവസം?

മാർച്ച് 21

347. കേരളത്തിൽ ഏറ്റവും കൂടുതൽ വനപ്രദേശമുൾക്കൊള്ളുന്ന ജില്ല?

ഇടുക്കി

348. കേരളത്തിലെ ഏറ്റവും കൂടുതൽ റിസർവ് വനമുള്ള ജില്ല?

പത്തനംതിട്ട

349. കേരളത്തിൽ ഏറ്റവും കുറവ് വനപ്രദേശമുള്ള ജില്ല?

ആലപ്പുഴ

350. ഇന്ത്യയിൽ ഏറ്റവുമധികം വനപ്രദേശമുള്ള സംസ്ഥാനം?

മദ്ധ്യപ്രദേശ്

351. ഇന്ത്യൻ വനപ്രദേശങ്ങളിൽവച്ച് ഏറ്റവും കൂടുതൽ കടുവകളെ കാണുന്ന സംസ്ഥാനം?

മദ്ധ്യപ്രദേശ്

352. ഇന്ത്യയിൽ ഏറ്റവും കൂടുതൽ വനമുള്ള കേന്ദ്രഭരണ പ്രദേശം?

ആൻഡമാൻ നിക്കോബാർ ദ്വീപുകൾ

353. ദേശീയ വനഗവേഷണകേന്ദ്രം സ്ഥിതിചെയ്യുന്നതെവിടെ?

ഡെറാഡൂൺ - ഉത്തരാഞ്ചൽ

354. കേരള സംസ്ഥാന വനഗവേഷണകേന്ദ്രം പ്രവർത്തിക്കുന്നതെന്നവിടെ?

തൃശൂരിലെ പീച്ചിയിൽ

355. ലോക ജലദിനമായി ആചരിക്കുന്നത്?

മാർച്ച് 22

356. ജലത്തിന്റെ സാന്ദ്രത എത്ര?

$1 gm/cm^3$

357. ലോക കാലാവസ്ഥാദിനമായി ആചരിക്കുന്നത്?

മാർച്ച് 23

358. കാലാവസ്ഥയുമായി ബന്ധപ്പെട്ട ശാസ്ത്രീയ പഠനശാഖ?

മെറ്റീരിയോളജി

359. ഇന്ത്യയുടെ ആദ്യത്തെ കാലാവസ്ഥാ നിരീക്ഷണോപഗ്രഹം ഏത്?

മെറ്റ്സാറ്റ് (കല്പന 1)

360. ലോക ഭൗമദിനമായി ആചരിക്കുന്ന ദിവസം?

ഏപ്രിൽ 22

361. ലോക പുസ്തകദിനമായി ആചരിക്കുന്ന ദിവസം?

ഏപ്രിൽ 23

362. ഏപ്രിൽ 23 ലോക പുസ്തകദിനമായി യുനസ്കോ പ്രഖ്യാപിച്ച വർഷം?

1995

363. ദേശീയ ശാസ്ത്ര സാങ്കേതികദിനമായി ആചരിക്കപ്പെടുന്ന ദിവസം?

മെയ് 18

364. എവറസ്റ്റ് ദിനമായി ആചരിക്കപ്പെടുന്ന ദിവസം?

മെയ് 29

365. ജൂൺ 5 പരിസ്ഥിതിദിനമായി ആചരിച്ചു തുടങ്ങിയത് എന്നു മുതൽക്കാണ്?

1972 ജൂൺ 5 മുതൽ

366. കേരളത്തിൽ വായനാദിനമായി ആചരിക്കുന്ന ദിവസം?

ജൂൺ 19

367. ലോക ഓസോൺ ദിനം എന്നാണ്?

സെപ്തംബർ 16

368. ഓസോൺ വാതകം കണ്ടുപിടിച്ച ശാസ്ത്രജ്ഞൻ?

ക്രിസ്ത്യൻ ഷോൺബീൻ

369. ഒരു ഓസോൺ തന്മാത്രയിൽ എത്ര ഓക്സിജൻ ആറ്റങ്ങളാണുള്ളത്?

മൂന്ന് (O_3)

370. ദേശീയ വിനോദസഞ്ചാര ദിനമെന്നാണ്?

ഒക്ടോബർ 4

371. ദേശീയ മൃഗസംരക്ഷണ ദിനമെന്ന്?

ഒക്ടോബർ 4

372. ദേശീയ ഗജദിനമെന്ന്?

ഒക്ടോബർ 4

373. ദേശീയ പക്ഷിനിരീക്ഷണദിനമായി ആചരിക്കുന്നതെന്നാണ്?

നവംബർ 12 (സലിം അലിയുടെ ജന്മദിനം)

374. പക്ഷികളെക്കുറിച്ച് ശാസ്ത്രീയമായി പഠനം നടത്തുന്ന ശാസ്ത്രശാഖയാണ്?

ഓർണിത്തോളജി

375. ഭോപ്പാൽ ദുരന്തം നടന്നത് ഏത് വർഷമാണ്?

1984 ഡിസംബർ 3

376. ദേശീയ ഉപഭോത്കൃത ദിനമേതാണ്?

ഡിസംബർ 24

377. പ്രവൃത്തി ചെയ്യാനുള്ള കഴിവ് നല്കുന്നത്?

ഊർജ്ജം

378. ഭൂമിയിൽ ഊർജ്ജത്തിന്റെ മുഖ്യസ്രോതസ്സ്?

സൂര്യൻ

379. പ്രവൃത്തി ചെയ്യാനുള്ള കഴിവായ ഊർജ്ജത്തിന്റെ വിവിധ രൂപങ്ങൾ?

താപോർജ്ജം, ശബ്ദോർജ്ജം, രാസോർജ്ജം,
യാന്ത്രികോർജ്ജം, ന്യൂക്ലിയർ ഊർജ്ജം,
വൈദ്യുതോർജ്ജം

380. വൈദ്യുതോർജ്ജത്തിന്റെ അളവ് രേഖപ്പെടുത്താൻ ഉപയോഗിക്കുന്നത്?

വാട്ട് ഔവർമീറ്റർ

381. വൈദ്യുതപ്രവാഹ തീവ്രത അളക്കാൻ ഉപയോഗിക്കുന്നത്?

അമ്മീറ്റർ

382. വൈദ്യുതി ഉല്പാദിപ്പിക്കുന്ന പവർ സ്റ്റേഷനുകൾ എത്രതരം?

ജലവൈദ്യുതനിലയം, താപവൈദ്യുതനിലയം,
ന്യൂക്ലിയർ പവർസ്റ്റേഷൻ

383. ഉപ്പുജലം ശുദ്ധജലമായി മാറ്റാനുപയോഗിക്കുന്ന രണ്ട് രീതികൾ?

സ്വേദനം, വ്യുൽക്രമ ഓസ്മോസിസ് (Reverse Osmosis)

384. 'പ്രകാശവർഷം' അർത്ഥമാക്കുന്നതെന്ത്?

ഒരു സെക്കന്റിൽ 3 ലക്ഷം കിലോമീറ്റർ വേഗത്തിൽ സഞ്ചരിക്കുന്ന പ്രകാശം ഒരു വർഷംകൊണ്ട് സഞ്ചരിക്കുന്ന ദൂരമാണ് പ്രകാശവർഷം.

385. സൂര്യനിൽനിന്ന് എത്ര പ്രകാശ സെക്കന്റ് അകലെയാണ് ഭൂമി?

500 പ്രകാശ സെക്കന്റ്

386. സൂക്ഷ്മജീവികളെക്കുറിച്ച് പഠനം നടത്തുന്ന ശാസ്ത്ര ശാഖ?

മൈക്രോബയോളജി

387. ചെടികളുടെ വളർച്ച രേഖപ്പെടുത്തുന്ന ക്രെസ്കോഗ്രാഫ് കണ്ടുപിടിച്ചത് ആരാണ്?

ഇന്ത്യൻ ശാസ്ത്രജ്ഞനായ ജഗദീഷ് ചന്ദ്രബോസ്

388. അന്തരീക്ഷമർദ്ദം അളക്കുന്ന ബാരോമീറ്റർ കണ്ടുപിടിച്ചതാര്?

ഇറ്റലിക്കാരനായ ഇവാഞ്ചലിസ്റ്റ് ടോറിസെല്ലി

389. ഭൂമിയിൽ ഏറ്റവും കൂടുതലുള്ള ജീവിവർഗ്ഗം ഏതാണ്?

ഷഡ്പദങ്ങൾ

390. ഷഡ്പദങ്ങളെക്കുറിച്ചുള്ള പഠനശാസ്ത്രം അറിയപ്പെടുന്നത്?

എന്റമോളജി

391. അന്തരീക്ഷത്തിൽ കാർബണിന്റെ അളവ് സന്തുലിതമായി നിലനിർത്തുന്ന പ്രക്രിയ?

കാർബൺ ചക്രം

392. ശബ്ദമലിനീകരണം അളക്കുന്നത്?

ഡെസിബലിൽ (Decibel)

393. പ്രാപഞ്ചിക ലായകം (Universal Solvent) എന്നറിയപ്പെടുന്നത്?

ജലം

394. ജലത്തിന്റെ സാന്ദ്രത മാറുന്നത് എന്തിന്റെ അടിസ്ഥാനത്തിൽ?

താപനിലയുടെ

395. ഭാരം കൂടിയ ജലം (Heavy Water) എന്നാൽ എന്ത്?

ഹൈഡ്രജന് പകരം ഡ്യൂട്ടീരിയം ഓക്സിജനുമായി പ്രവർത്തിച്ചുണ്ടാകുന്ന പദാർത്ഥമാണ് ഭാരം കൂടിയ ലോഹം

396. ജലത്തിന്റെ താല്ക്കാലിക കാഠിന്യത്തിന് കാരണം?

കാത്സ്യം, മഗ്നീഷ്യം എന്നിവയുടെ ബൈ കാർബണേറ്റുകൾ ലയിച്ചിരിക്കുന്നതിനാൽ

397. ജലത്തിന്റെ സ്ഥിരകാഠിന്യത്തിന് കാരണമെന്താണ്?

കാത്സ്യം, മഗ്നീഷ്യം എന്നിവയുടെ ക്ലോറൈഡുകൾ, സൾഫേറ്റുകൾ എന്നിവ ലയിച്ചിരിക്കുന്നതിനാൽ

398. ഓക്സിജൻ വാതകം കണ്ടുപിടിച്ചത്?

ജെ ബി പ്രിസ്റ്റിലി

399. കാർബൺഡൈ ഓക്സൈഡ് വാതകം കണ്ടെത്തിയത്?

ജോസഫ് ബ്ലാക്

400. കാർബൺ മോണോക്സൈഡ് കണ്ടെത്തിയത്?

ജെ ബി പ്രിസ്റ്റ്‌ലി

401. ക്ലോറിൻ വാതകം കണ്ടുപിടിച്ചത്?

കാൾഷീലേ

402. ഏറ്റവും ലളിതമായ പ്രകൃതി ദത്തമൂലകം?

ഹൈഡ്രജൻ

403. ഏറ്റവും സങ്കീർണ്ണമായ പ്രകൃതി ദത്തമൂലകം?

യുറേനിയം

404. ആദ്യത്തെ കൃത്രിമമൂലകം എന്നറിയപ്പെടുന്നത്?

ടെക്നീഷ്യം

405. തുരിശിന്റെ രാസനാമം എന്താണ്?

കോപ്പർ സൾഫേറ്റ്

406. കുമ്മായത്തിന്റെ രാസനാമം?

കാത്സ്യം ഹൈഡ്രോക്സൈഡ്

407. നീറ്റുകക്കയുടെ രാസനാമമെന്ത്?

കാത്സ്യം ഓക്സൈഡ്

408. ബ്ലീച്ചിങ് പൗഡറിന്റെ രാസനാമം?

കാത്സ്യം ഓക്സിക്ലോറൈഡ്

409. ഏറ്റവും ഭാരം കുറഞ്ഞ വാതകം?

ഹൈഡ്രജൻ

410. ഏറ്റവും ഭാരം കൂടിയ വാതകം ഏതാണ്?

റയോൺ

411. 'ക്വിക് ലൈം' എന്നറിയപ്പെടുന്നത്?

നീറ്റുകക്ക (കാത്സ്യം ഓക്സൈഡ്)

412. ജലത്തിന്റെ സ്ഥിരകാഠിന്യത്തിന് കാരണമാകുന്ന വസ്തു എന്താണ്?

ജിപ്സം കാത്സ്യം സൾഫേറ്റ്

413. വൈദ്യുതിയുടെ പിതാവെന്നറിയപ്പെടുന്നത്?

മൈക്കൽ ഫാരഡേ

414. വൈദ്യുതിയുടെ പ്രകൃതിയിലെ ഏറ്റവും നല്ല ചാലകം?

വെള്ളി

415. വവ്വാലുകൾ ഇരതേടുന്നത് ഏത് ശബ്ദത്തിന്റെ പ്രതിഫലനം ആശ്രയിച്ചാണ്?

അൾട്രാസോണിക് ശബ്ദത്തിന്റെ

416. ഭൂമിയിലെ ഊർജ്ജങ്ങളുടെ ഉറവിടം അഥവാ സ്രോതസ്സ്?

സൂര്യൻ

417. സസ്യങ്ങളുടെ വേരുകൾ ജലം മണ്ണിൽനിന്നും വലിച്ചെടുക്കാൻ കാരണമാകുന്ന പ്രതിഭാസം?

കേശികത്വം

418. സൂര്യനിലെ ഊർജ്ജോല്പാദനത്തിന് കാരണം?

ന്യൂക്ലിയർ ഫ്യൂഷൻ

419. ഏത് ഐസോടോപ്പാണ് ഫോസിലുകളുടെ കാലപ്പഴക്കം നിർണ്ണയിക്കാൻ ഉപയോഗിക്കുന്നത്?

കാർബൺ – 14

420. പ്രകാശത്തിന്റെ പ്രാഥമികവർണ്ണങ്ങൾ ഏതെല്ലാം?

പച്ച, ചുവപ്പ്, നീല

421. പ്രകാശവർഷം എന്തിന്റെ യൂണിറ്റാണ്?

ദൂരത്തിന്റെ

422. മഴവില്ലുണ്ടാകുന്നതിന് കാരണം?

പ്രകാശപ്രകീർണ്ണനം

423. സൂര്യപ്രകാശത്തിന്റെ താപത്തിന് കാരണം?

ഇൻഫ്രാറെഡ് കിരണങ്ങൾ

424. ഫോസിൽ ഇന്ധനങ്ങൾക്ക് ഊർജ്ജം ലഭിക്കുന്നത് എവിടെ നിന്നാണ്?

സൂര്യനിൽനിന്നും

425. ഒരു ഭൂസ്ഥിര ഉപഗ്രഹത്തിന്റെ പരിക്രമണ കാലയളവ്?

24 മണിക്കൂർ

426. പ്രകാശത്തിന്റെ കണികാസിദ്ധാന്തം ആവിഷ്കരിച്ചതാരാണ്?

ഐസക് ന്യൂട്ടൻ

427. കപ്പലുകളുടെ വേഗത പ്രതിപാദിക്കുന്ന യൂണിറ്റ്?

നോട്ട്

428. റേഡിയോ ആക്ടിവിറ്റി അളക്കുന്ന ഉപകരണം?

ഗീഗർ കൗണ്ടർ

429. ബയോളജിയുടെ പിതാവെന്നറിയപ്പെടുന്നതാര്?

അരിസ്റ്റോട്ടിൽ

430. 'ബയോളജി' എന്ന പദത്തിന്റെ സ്രഷ്ടാവ്?

ലാമാർക്ക്

431. പരിണാമസിദ്ധാന്തത്തിന്റെ ഉപജ്ഞാതാവാര്?

ചാൾസ് ഡാർവിൻ

432. ഹരിതകമുള്ള ജന്തു എന്ന് വിശേഷിപ്പിക്കപ്പെടുന്നതെന്താണ്?

യുഗ്ലീന

433. പുറംതോടുള്ള ജീവജാലങ്ങളെക്കുറിച്ചുള്ള ശാസ്ത്രീയ പഠനമേഖലയാണ്?

കോങ്കോളജി

434. ഏറ്റവും വലിയ ജന്തുവിഭാഗമേതാണ്?

ആർത്രോപോഡ

435. ഇന്ത്യൻ പക്ഷിശാസ്ത്രത്തിന്റെ പിതാവ് ആര്?

എ ഒ ഹ്യൂം

436. ഇന്ത്യയുടെ പക്ഷിമനുഷ്യൻ എന്നറിയപ്പെടുന്നതാരാണ്?

സലിം അലി

437. പക്ഷിക്കൂടുകളെക്കുറിച്ചുള്ള പഠനത്തിനു പറയുന്ന പേരെന്ത്?

കാലിയോളജി

438. ചീരയ്ക്ക് ചുവപ്പുനിറം നല്കുന്നതെന്താണ്?

സാന്തോഫിൽ

439. ഇലകൾക്ക് പച്ചനിറം നല്കുന്നത്?

ക്ലോറോഫിൽ അഥവാ ഹരിതകം

440. പൂക്കൾ, പഴങ്ങൾ എന്നിവയ്ക്ക് പർപ്പിൾ, വയലറ്റ് തുടങ്ങിയ നിറങ്ങൾ നല്കുന്ന വർണ്ണകം?

ആന്തോസയാനിൻ

441. മണൽ മരുഭൂമികളെ വിളിക്കുന്ന പേരെന്ത്?

എർഗ്

442. ഭൂകമ്പനാഭിക്ക് നേരെ മുകളിൽ ഭൂമിയുടെ ഉപരിതലത്തിലുള്ള ബിന്ദു അറിയപ്പെടുന്നത്?

അധികേന്ദ്രം

443. അഗ്നിപർവ്വതങ്ങളാൽ സൃഷ്ടിക്കപ്പെടുന്ന തടാകങ്ങൾ?

കാൽഡേര തടാകങ്ങൾ

444. ബംഗാൾ ഉൾക്കടലിനെയും ഇന്ത്യൻ മഹാസമുദ്രത്തെയും വേർതിരിക്കുന്ന കടലിടുക്കിന്റെ പേരെന്ത്?

പാക്ക് കടലിടുക്ക്

445. ഇന്ത്യയിലെ അവശിഷ്ട പർവ്വതങ്ങൾക്ക് ഉദാഹരണങ്ങൾ?

നീലഗിരി, പരശുനാഥ്, ഗിർനാർ

446. മഴവെള്ളത്തെ വിവിധ സാങ്കേതിക രീതികളിലൂടെ സംഭരിക്കുന്ന രീതി അറിയപ്പെടുന്നത്?

മഴവെള്ളക്കൊയ്ത്ത്

447. ശബ്ദമലിനീകരണം എന്നാൽ?

ഒരു നിശ്ചിത പരിധിയിൽ കൂടുതൽ ശബ്ദമുണ്ടാകുമ്പോൾ ശബ്ദമലിനീകരണമെന്നു പറയുന്നു.

448. ശബ്ദത്തിന്റെ പ്രായോഗിക യൂണിറ്റ്?

ഡെസിബെൽ (db)

449. ശബ്ദതീവ്രത എന്നാൽ എന്ത്?

യൂണിറ്റ് സമയത്തിൽ യൂണിറ്റ് പ്രതലത്തിലൂടെ കടന്നുപോകുന്ന ശബ്ദത്തിന്റെ അളവിനു പറയുന്ന പേരാണ് ശബ്ദതീവ്രത.

450. ശബ്ദമലിനീകരണം തടയാൻ ഇന്ത്യാ ഗവൺമെന്റ് നടപ്പിലാക്കിയ നിയമം?

പരിസര സംരക്ഷണ നിയമം ചട്ടം 3 പട്ടിക III

451. നാഷണൽ പാർക്കെന്നാലെന്ത്?

പ്രത്യേക പരിഗണന നല്കി സംരക്ഷിക്കപ്പെടുന്ന നൈസർഗ്ഗിക ഭൂപ്രദേശം

452. ആഗോളതാപനം തടയുന്നതിനുള്ള നിർദ്ദേശങ്ങൾ അംഗീകരിച്ച ഉച്ചകോടി?

ക്യോട്ടോ ഉച്ചകോടി

453. ഇന്ത്യൻ പരിസ്ഥിതി ശാസ്ത്രത്തിന്റെ പിതാവ്?

ആർ മിശ്ര

454. ഇന്ത്യയിലെ ആദ്യത്തെ ദേശീയ സമുദ്ര ഉദ്യാനം എവിടെയാണ്?

റാൻ ഓഫ് കച്ച് - ഗുജറാത്തിൽ

455. കേരളത്തിലെ ആദ്യത്തെ ഇക്കോടൂറിസം പദ്ധതി ഏത്?

തെന്മല

456. ഇന്ത്യയിൽ ആദ്യമായി നിലവിൽവന്ന നാഷണൽ പാർക്ക്?

കോർബെറ്റ് നാഷണൽ പാർക്ക് - ഉത്തർപ്രദേശിൽ

457. ലോകത്തിലെ ഏറ്റവും വലിയ ശുദ്ധജല ആവാസവ്യവസ്ഥ ഏതാണ്?

ബ്രസീലിലെ പന്റനാൽ

458. കടുവാ സംരക്ഷണത്തിനായി ഇന്ത്യയിൽ നടപ്പാക്കിയ പദ്ധതി?

പ്രോജക്ട് ടൈഗർ (1973)

459. പാറയുടെ കാഠിന്യം അളക്കുന്നതിന് ഉപയോഗിക്കുന്ന അളവുകോൽ ഏതാണ്?

മൊഹ്സ് സ്കെയിൽ

460. ജലത്തിന് പച്ചനിറം കൊടുക്കുന്ന പദാർത്ഥത്തിന്റെ പേര്?

ഫൈറ്റോ പ്ലാൻടൺ

461. റെഫ്രിജറേറ്ററുകളിൽനിന്നും പുറന്തള്ളപ്പെടുന്ന വാതകം?

ഡൈക്ലോറോ - ഡൈഫ്ളൂറോ മീഥൈൻ

462. ഉറവിടങ്ങളിൽനിന്നും പുറന്തള്ളപ്പെടുന്ന മാലിന്യത്തിന്റെ ഏറ്റവും ഉയർന്ന അളവ് കാണിക്കുന്നതിന് ഉപയോഗിക്കുന്ന പദം?

എമിഷൻ സ്റ്റാൻഡേർഡ്

463. ജന്തുക്കളുടെയും സസ്യങ്ങളുടെയും അവശിഷ്ടങ്ങൾ ഒന്നിച്ചു കൂടിയ ചാവുകടലിന്റെ ഭാഗത്തിന്റെ പേരെന്ത്?

ആഴക്കടൽ (ഊസ്സ്)

464. ശുദ്ധജലത്തിലെ ഉപ്പിന്റെ അളവ് എത്ര?

0.2 ശതമാനം

465. ശുദ്ധജലത്തിന്റെ സ്വഭാവഗുണങ്ങളെക്കുറിച്ചുള്ള ശാസ്ത്രീയ പഠനം?

ലിംനോളജി

466. 'നിച്ച്' എന്നാലെന്ത്?

ആവാസവ്യവസ്ഥയിലെ ഒരു ജീവിയുടെ പ്രവർത്തനമേഖലയും സ്ഥാനവും സൂചിപ്പിക്കുന്ന പദം

467. വസ്തുക്കളിലെ കാർബണിന്റെ തരംഗം പരിശോധിച്ച് കാലപ്പഴക്കം നിർണ്ണയിക്കുന്ന സാങ്കേതികവിദ്യ?

റേഡിയോ കാർബൺ ഡേറ്റിങ്

468. ഇന്ത്യൻ പരിസ്ഥിതി സംരക്ഷണ നിയമ വിജ്ഞാപനം പ്രാബല്യത്തിൽ വന്ന വർഷം?

1986

469. കൽക്കരി ഉല്പാദനത്തിൽ ഒന്നാം സ്ഥാനത്ത് നില്ക്കുന്ന രാജ്യം?

റഷ്യ

470. ഒരു മനുഷ്യൻ ശരാശരി ഒരുദിവസം ശ്വസിക്കുന്ന ഓക്സിജന്റെ അളവ്?

16 കി ഗ്രാം

471. അൾട്രാവയലറ്റ് കിരണങ്ങൾ എത്രതരം?

മൂന്ന്

472. മൺസൂൺ വനങ്ങളെ എത്രയായി തരംതിരിച്ചിരിക്കുന്നു?

രണ്ടായി. ഇലപൊഴിയും ആർദ്രവനങ്ങളും
ഇലപൊഴിയും വരണ്ട വനങ്ങളും

473. ലോകത്തിലെ ഏറ്റവും നീളം കൂടിയ ഗുഹ?

ഹോളോ ഗുഹ

474. ലോകത്തിലെ ഏറ്റവും വിസ്തീർണ്ണം കൂടിയ വനം എന്ന് പേരുകേട്ട വനം?

സൈബീരിയായിലെ റ്റൈഗ

475. ലോകത്തിൽ വച്ചേറ്റവും കൂടുതൽ പെട്രോൾ ഉല്പാദിപ്പിക്കുന്ന രാജ്യം?

സൗദി അറേബ്യ

476. ലോകത്തിലെ ഏറ്റവും വലിയ പുൽമേട് ഏതാണ്?

സ്റ്റെപ്പി

477. മൂന്നുവശങ്ങളും വെള്ളത്താൽ ചുറ്റപ്പെട്ട പ്രദേശം എന്തെന്നറിയപ്പെടുന്നു?

ഉപദ്വീപ്

478. ഇന്ത്യൻ ഭരണഘടനയുടെ ഏതൊക്കെ വകുപ്പുകളാണ് പരിസ്ഥിതി സംരക്ഷണം ഏതൊരു പൗരന്റെയും കടമയാണെന്നും അതുറപ്പാക്കണമെന്നും നിഷ്കർഷിക്കുന്നത്?

48 എ, 51 (എ) ജി

479. ഒരു വലിയ നദിയിലേക്ക് ഒഴുകുന്ന ചെറിയ നദികളെ എന്താണ് വിളിക്കുന്നത്?

പോഷകനദികൾ

480. ചാവുകടലിൽ മനുഷ്യൻ പൊങ്ങിക്കിടക്കുന്നതിന് കാരണം?

ജലത്തിന്റെ സാന്ദ്രത കൂടുതലായതിനാൽ

481. ഇന്ത്യയിലെ ഒഴുകുന്ന ദേശീയോദ്യാനമായ 'കീബൂൾ ലംജാവോ' എവിടെ ഏത് തടാകത്തിലാണ്?

മണിപ്പൂരിലെ ലോക്തക്

482. ഇന്ത്യയുടെ ആദ്യത്തെ പരിസ്ഥിതി പട്ടണം?

പാനിപ്പത്ത്

483. പ്രസിദ്ധമായ റോക്ക് ഗാർഡൻ (ശിലാ ഉദ്യാനം) എവിടെ സ്ഥിതിചെയ്യുന്നു?

ചണ്ഡീഗഡ്

484. നാഥുലാചുരം എവിടെയാണ്?

സിക്കിമിൽ

485. വനമഹോത്സവത്തിന്റെ പിതാവെന്നറിയപ്പെടുന്നതാരാണ്?

കെ എം മുൻഷി

486. ഹരിതവിപ്ലവത്തിന്റെ പിതാവ്?

എം എസ് സ്വാമിനാഥൻ

487. ഇന്ത്യയിൽ ഏറ്റവും വേഗത്തിലൊഴുകുന്ന നദി ഏത്? എവിടെ കാണപ്പെടുന്നു?

ടീസ്ത, സിക്കിമിൽ

488. ഇന്ത്യയിൽ എത്ര മേജർ തുറമുഖങ്ങളുണ്ട്?

12 എണ്ണം

489. ഇന്ത്യയിൽ സ്വകാര്യ മേഖലയിലുള്ള ഏക തുറമുഖം ഏത്? എവിടെയാണ്?

എന്നൂർ, തമിഴ്നാട്ടിൽ

490. പരിസ്ഥിതി സംരക്ഷണത്തിനായി സ്ഥാപിക്കപ്പെട്ട അന്താരാഷ്ട്ര സംഘടന?

ഗ്രീൻക്രോസ്

491. എമു, കംഗാരു എന്നിവ ഏതുരാജ്യത്തിന്റെ ദേശീയ ചിഹ്നങ്ങളാണ്?

ഓസ്ട്രേലിയ

492. ഹിൽസ ദേശീയ മത്സ്യമായ രാജ്യം?

ബംഗ്ലാദേശ്

493. അമേരിക്കയുടെ ദേശീയ പക്ഷി ഏത്?

ബാൾഡ് ഹെഡഡ് ഈഗിൾ

494. ന്യൂസിലാൻഡിന്റെ ദേശീയ പക്ഷി ഏതാണ്?

കിവി

495. ലോകത്തിലെ ഏറ്റവും വലിയ തടാകം?

കാസ്പിയൻ സീ

496. ഇന്ത്യയിൽ ഏറ്റവും കൂടുതൽ മഴ ലഭിക്കുന്ന പ്രദേശം?

മേഘാലയിലെ മൗസിൻറാം

497. മൺസൂൺ എന്ന പദം ഏത് അറബ് വാക്കിൽനിന്നും ഉണ്ടായതാണ്?

മൗസിം

498. ഇന്ത്യയിലെ ഏറ്റവും വലിയ ഉപ്പുജലതടാകം ഏത്?

ഒറീസയിലെ ചിൽക്ക

499. ദ്രാവകങ്ങളുടെ സ്പെസിഫിക്ക് ഗ്രാവിറ്റി അളക്കുന്ന ഉപകരണം?

ഹൈഡ്രോമീറ്റർ

500. ബഹിരാകാശത്തുനിന്നും ഭൂമിയിലേക്ക് പതിക്കുന്ന ഖര വസ്തുക്കളുടെ പേര്?

ഉൽക്കകൾ

501. ഉഷ്ണമേഖലയിലെ സമുദ്രങ്ങൾക്കു മുകളിൽ രൂപപ്പെടുന്ന ചക്രപാതത്തിന്റെ പേര്?

ഉഷ്ണമേഖലാ ചക്രപാതം

502. ഇന്ത്യൻ മഹാസമുദ്രത്തിലും ബംഗാൾ ഉൾക്കടലിലും വീശുന്ന ചക്രപാതം അറിയപ്പെടുന്നത്?

സൈക്ലോൺ

503. അറ്റ്ലാന്റിക്കിലും കരീബിയനിലും വീശുന്ന ചക്രപാതത്തിന് എന്തുപേരാണ് നല്കിയിരിക്കുന്നത്?

ചുഴലിക്കാറ്റ്

504. ഭൂമിയുടെ ദക്ഷിണധ്രുവം ഉൾപ്പെടുന്ന ഭൂഖണ്ഡം?

അന്റാർട്ടിക്ക

505. അന്റാർട്ടിക് ഭൂഖണ്ഡത്തിനു ചുറ്റുമുള്ള വിശാലമായ സമുദ്രത്തിന്റെ പേര്?

സതേൺ ഓഷൻ

506. അന്റാർട്ടിക്കയിൽ മഞ്ഞുമലകൾ രൂപപ്പെടുന്ന പ്രക്രിയ അറിയപ്പെടുന്നത്?

കാവിങ്

507. അന്റാർട്ടിക്കയിൽ പഠനങ്ങളും ഗവേഷണങ്ങളും ലക്ഷ്യമിട്ടുകൊണ്ടുള്ള അന്റാർട്ടിക് ഉടമ്പടി പ്രാബല്യത്തിൽ വന്നത്?

1961 ജൂൺ 23

508. നദികളില്ലാത്ത ഏക ഭൂഖണ്ഡം ഏതാണ്?

അന്റാർട്ടിക്ക

509. ഒരു പ്രത്യേക ജീവിയും അതിന്റെ പരിസ്ഥിതിയും തമ്മിലുള്ള ബന്ധത്തെക്കുറിച്ചുള്ള പഠനം?

ഓട്ടെക്കോളജി (Autecology)

510. ഭൗമാന്തരീക്ഷത്തിന്റെ ഉപരിതലത്തിലേക്ക് ഗാലക്സിയനിൽ നിന്നും സൂപ്പർനോവകളിൽനിന്നും നിരന്തരമായി വന്നുപതിക്കുന്ന കിരണങ്ങളാണ്?

കോസ്മിക് കിരണങ്ങൾ

511. ഏറ്റവും ഭാരം കുറഞ്ഞ മൂലകം?

ഹൈഡ്രജൻ

512. ഏറ്റവും ഭാരം കൂടിയ മൂലകം ഏതാണ്?

ഓസ്മിയം

513. ഭൂമിയിൽ ഏറ്റവും കൂടുതലുള്ള മൂന്നു മൂലകങ്ങൾ?

ഓക്സിജൻ, സിലിക്കൺ, അലുമിനിയം

514. ഹരിതകമില്ലാത്ത സസ്യവിഭാഗമേത്?

ഫംഗസുകൾ

515. ഫംഗസുകളുടെ കോശഭിത്തി നിർമ്മിച്ചിരിക്കുന്ന പദാർത്ഥം?

ലിഗ്നിൻ

516. സസ്യകോശഭിത്തി നിർമ്മിക്കപ്പെട്ടിരിക്കുന്ന പദാർത്ഥം?

സെല്ലുലോസ്

517. ഏകകോശ സസ്യം?

യീസ്റ്റ്

518. സസ്യലോകത്തിലെ ഉഭയജീവികൾ?

പായലുകൾ

519. മുകുളനം വഴി പ്രത്യുല്പാദനം നടത്തുന്ന ജീവി ഏത്?

ഹൈഡ്ര

520. ശിലകളുടെ കാലപ്പഴക്കം കണക്കാക്കാനുപയോഗിക്കുന്ന മാർഗ്ഗം?

യുറേനിയം കാലഗണന

521. യുറേനിയം കാലഗണനയ്ക്ക് ഉപയോഗിക്കുന്ന ഐസോടോപ്പുകൾ ഏവ?

യുറേനിയം 238, ലെഡ് 206

522. ഭൗമോപരിതലത്തിലൂടെയുള്ള വായുവിന്റെ തിരശ്ചീന ചലനമാണ്?

കാറ്റ്

523. ഒരു നിശ്ചിതദിശയിലേക്ക് വർഷം മുഴുവൻ വീഴുന്ന കാറ്റുകൾ അറിയപ്പെടുന്നത്?

സ്ഥിരവാതങ്ങൾ

524. ഋതുഭേദങ്ങൾക്കനുസരിച്ച് ദിശയിൽ വരുന്ന കാറ്റുകളാണ്?

കാലികവാതങ്ങൾ

525. സ്ഥിരവാതങ്ങൾക്ക് ചില ഉദാഹരണങ്ങൾ?

പശ്ചിമവാതങ്ങൾ, വാണിജ്യവാതങ്ങൾ,
ധ്രുവീയവാതങ്ങൾ

526. കാലികവാതങ്ങൾക്ക് ഉദാഹരണങ്ങൾ?

കരക്കാറ്റ്, കടൽക്കാറ്റ്, താഴ്‌വരക്കാറ്റ്, പർവ്വതക്കാറ്റ്

527. മണ്ണ് രൂപം കൊള്ളുന്ന പ്രക്രിയ അറിയപ്പെടുന്നതെങ്ങനെ?

പെഡോജനിസിസ്

528. മണ്ണിനെപ്പറ്റി ശാസ്ത്രീയമായി പഠനങ്ങൾ നടത്തുന്ന ശാസ്ത്രശാഖ?

പെഡോളജി

529. കുമ്മായം അഥവാ കാത്സ്യം ഹൈഡ്രോക്സൈഡ് മണ്ണിൽ പ്രയോഗിക്കുന്നതെന്തിന്?

അമ്ലത്വം കുറയ്ക്കാൻ

530. മണ്ണിന്റെ ക്ഷാരഗുണം കുറയ്ക്കാൻ ഉപയോഗിക്കുന്ന രാസവസ്തു?

അലുമിനിയം, സൾഫേറ്റ്

531. ജൈവാംശം കൂടുതൽ കാണപ്പെടുന്നത് ഏത് പ്രദേശത്തെ മണ്ണിലാണ്?

പർവ്വതങ്ങളിലെ മണ്ണിൽ

532. അലിയുന്ന ലവണങ്ങൾ ഏതുതരം മണ്ണിലാണ് കാണപ്പെടുന്നത്?

മരുഭൂമിയിലെ മണ്ണിൽ

533. ഫലപുഷ്ടി ഏറ്റവും കൂടിയ മണ്ണിനം?

എക്കൽമണ്ണ്

534. ഇന്ത്യയിലെ മണ്ണിനങ്ങളിൽ ഏറ്റവും വ്യാപകമായി കണ്ടുവരുന്നത് ഏത് മൂലകത്തിന്റെ അഭാവമാണ്?

നൈട്രജൻ

535. മണ്ണിലെ നൈട്രജൻ ഫിക്സേഷനെ സഹായിക്കുന്ന ബാക്ടീരിയ?

അസെറ്റോബാക്ടർ

536. നെൽകൃഷിക്ക് ഏറ്റവും അനുയോജ്യമായ മണ്ണ്?

എക്കൽമണ്ണ്

537. കേരളത്തിൽ ഏറ്റവും കൂടുതലായി കാണപ്പെടുന്ന മണ്ണിനം?

ലാറ്ററൈറ്റ്

538. കറുത്തമണ്ണ് രൂപംകൊള്ളുന്നതെങ്ങനെ?

ലാവാശില പൊടിഞ്ഞ്

539. കായന്തരശിലകളും ആഗ്നേയശിലകളും പൊടിഞ്ഞ് രൂപമെടുക്കുന്ന മണ്ണിനമാണ്?

ചെമ്മണ്ണ്

540. ഗുഹകളെക്കുറിച്ചുള്ള പഠനം അറിയപ്പെടുന്നത്?

സ്പീലിയോളജി

541. ലോകത്തിലെ ഏറ്റവും നീളമുള്ള ഗുഹയായി അറിയപ്പെടുന്ന ഗുഹ ഏത്?

മാമത്ത് ഗുഹ

542. ലോകത്തിലെ ഏറ്റവും ആഴമേറിയ ഗുഹ?

ജോർജിയയിലെ വെനോന്യ ഗുഹ

543. ഗുഹകൾക്കുള്ളിൽ മാത്രം കാണപ്പെടുന്ന ജീവികൾ?

ട്രോഗ്ലോബൈറ്റുകൾ

544. പരിസ്ഥിതി സംഘടനകളുടെ മാതാവ് എന്നറിയപ്പെടുന്ന പ്രസ്ഥാനമേത്?

ചിപ്കോ പ്രസ്ഥാനം

545. ചിപ്കോ പ്രസ്ഥാനത്തിന്റെ സ്ഥാപകനാര്?

സുന്ദർലാൽ ബഹുഗുണ

546. അമേരിക്കയുടെ ആണവ പരീക്ഷണങ്ങൾക്കെതിരെ 1971 ൽ രൂപംകൊണ്ട സംഘടനയുടെ പേര്?

ഗ്രീൻപീസ് പ്രസ്ഥാനം

547. കേരളത്തിൽ പ്രസിദ്ധീകരിച്ച ആദ്യത്തെ പരിസ്ഥിതി മാസിക ഏത്?

മൈന

548. കേരള കർഷകദിനമെന്നാണ്?

ചിങ്ങം ഒന്ന്

549. കേരളത്തിലെ ഏറ്റവും വലിയ വന്യജീവി സംരക്ഷണ കേന്ദ്രമേത്?

പെരിയാർ

550. കേരളത്തിലെ ബൊട്ടാണിക്കൽ ഗാർഡൻ സ്ഥിതിചെയ്യുന്നതെവിടെ?

പാലോട്

551. അന്താരാഷ്ട്ര ജൈവവൈവിദ്ധ്യദിനമെന്നാണ്?

മേയ് 22

552. ലോകഭക്ഷ്യദിനമെന്ന്?

ഒക്ടോബർ 16

553. മനുഷ്യന് അവശ്യം വേണ്ട പോഷകാംശങ്ങളെല്ലാം അടങ്ങിയ വ്യത്യസ്ത ഭക്ഷ്യപദാർത്ഥങ്ങളുടെ ചേരുവയ്ക്ക് പറയുന്ന പേര്?

സമീകൃതാഹാരം

554. ഇന്ത്യയിലെ മുഖ്യഭക്ഷ്യ ധാന്യവിളകൾ ഏതെല്ലാം?

നെല്ലും ഗോതമ്പും

555. ഭൂമിയുടെ ഉപരിതലവിസ്തീർണ്ണം?

51,00,66,100 ചതുരശ്രകിലോമീറ്റർ

556. ഭൂമിയുടെ ഉപരിതല വിസ്തീർണ്ണത്തിൽ കരഭാഗം എത്ര ചതുരശ്ര കിലോമീറ്ററാണ്?

15,01,48,140 ചതുരശ്രകിലോമീറ്റർ

557. ഭൂമി സൂര്യനെ ഒരുവട്ടം ചുറ്റാൻ (ഭ്രമണം ചെയ്യാൻ) എടുക്കുന്ന സമയം?

365.26 ദിവസങ്ങൾ

558. ഭൂമി സ്വയം ഭ്രമണം ചെയ്യാനെടുക്കുന്ന സമയമെത്ര?

23 മണിക്കൂർ 56 മിനിറ്റ് നാല് സെക്കന്റ്

559. വാഴക്കുല, പച്ചമാങ്ങ എന്നിവ കൃത്രിമമായി പഴുപ്പിക്കാൻ ഉപയോഗിക്കുന്ന രാസവസ്തു ഏത്?

കാത്സ്യം കാർബൈഡ്

560. ഭൗമോപരിതലത്തിലെ മേൽമണ്ണ് നീക്കം ചെയ്യപ്പെടുന്ന പ്രക്രിയയാണ്?

മണ്ണൊലിപ്പ്

561. പരിസ്ഥിതിയിലോ ആവാസവ്യവസ്ഥയിലോ കാണപ്പെടുന്ന ജീവനില്ലാത്ത ഘടകങ്ങളുടെ പേരെന്ത്?

അജീവീയ ഘടകങ്ങൾ (Abiotic)

562. അജീവീയ ഘടകങ്ങൾ ഏതെല്ലാം?

ജലം, വായു, മണ്ണ്

563. ദ്രാവകങ്ങളിൽനിന്നോ വാതകങ്ങളിൽനിന്നോ ഖര പദാർത്ഥങ്ങളെ വേർതിരിച്ചെടുക്കുന്ന പ്രക്രിയയാണ്?

അരിക്കൽ (Filtration)

564. ഓക്സിജന്റെ അഭാവത്തിൽ നടക്കുന്ന ശ്വസനമറിയപ്പെടുന്നത്?

അവായവശ്വസനം (Anaerobic respiration)

565. പരിസ്ഥിതിക്കും ജീവിതചര്യകൾക്കും അനുസൃതമായി ജീവികൾ സ്വയം ആർജ്ജിക്കുന്ന ജീവനോപായങ്ങൾ അറിയപ്പെടുന്നത്?

അനുകൂലനം (Adaptation)

566. പരിസ്ഥിതിയുടെയും ജീവജാലങ്ങളുടെയും നിലനില്പിനെ ദോഷകരമായി ബാധിക്കുന്ന ഭൗതിക - രാസ സ്വഭാവ വിശേഷണങ്ങളോടുകൂടിയ മാലിന്യങ്ങൾ അറിയപ്പെടുന്നത്?

അപകടകാരികളായ മാലിന്യങ്ങൾ
(Hazardous waste)

567. വനത്തിൽ പടർന്നുപിടിക്കുന്ന തീ അറിയപ്പെടുന്നത്?

കാട്ടുതീ

568. കർഷകരുടെ ആവശ്യങ്ങൾക്കായി വിറക്, പച്ചിലവളം, കന്നുകാലിത്തീറ്റ എന്നിവ ഉല്പാദിപ്പിക്കുന്നതിന് സ്വകാര്യ കൃഷിഭൂമിയിൽ വനവിളകൾ കൂടി കൃഷി ചെയ്യുന്ന സമ്പ്രദായം?

കാർഷികവനവല്ക്കരണം

569. പെട്രോളിൽ 20 ശതമാനം എഥനോൾ ചേർത്തുണ്ടാക്കുന്ന മിശ്രിതം?

ഗ്യാസോഹോൾ

570. ഭൂമിയുടെ നിഴൽ ചന്ദ്രനിൽ വീഴുന്നതുകാരണം ചന്ദ്രനെ പൂർണ്ണമായോ ഭാഗികമായോ കാണാതാവുന്ന പ്രക്രിയയാണ്?

ചന്ദ്രഗ്രഹണം

571. ജലത്തിലോ ജലം കെട്ടിനില്ക്കുന്ന പ്രദേശങ്ങളിലോ വളരുന്ന സസ്യങ്ങൾ?

ജലസസ്യങ്ങൾ (Hydrophytes)

572. ജലസംഭരണശേഷിയുള്ള പാറയിടുക്കുകൾ അറിയപ്പെടുന്നത്?

ജലഭൃതം (Aquifer)

573. ജലത്തിനും കരയ്ക്കും ഇടയിലായി രണ്ടിന്റെയും സ്വഭാവഗുണങ്ങളോടുകൂടി കാണപ്പെടുന്ന പ്രദേശങ്ങൾ?

തണ്ണീർത്തടങ്ങൾ

574. നദീമുഖങ്ങളിൽ മണ്ണടിഞ്ഞുണ്ടാകുന്ന തിട്ടകൾ?

തുരുത്ത് (Delta)

575. അന്തരീക്ഷത്തിലേക്ക് പുറന്തള്ളപ്പെടുന്ന ഖരമാലിന്യങ്ങൾ തിരികെ ഭൂമിയുടെ ഉപരിതലത്തിലേക്കു പതിക്കുന്ന പ്രതിഭാസം?

നിപതനം (Fallout)

576. ഒരു പ്രദേശത്തെ പരിസ്ഥിതിക്ക് ഉൾക്കൊള്ളാൻ സാധിക്കുന്ന പരമാവധി അനുവദനീയമായ മാലിന്യത്തിന്റെ അളവ്?

നിർഗ്ഗമന പ്രമാണങ്ങൾ (Emission standards)

577. സമുദ്രത്തിലേയും കുളങ്ങളിലേയും ജലാശയങ്ങളിലേയും ജലനിരപ്പു മുതൽ അടിത്തട്ടു വരെയുള്ള സസ്യജന്തുജാലങ്ങൾ അറിയപ്പെടുന്നത്?

നിതലജീവികൾ (Benthos)

578. ആതിഥേയനെ ആശ്രയിച്ചു ജീവിക്കുന്ന ജീവികളാണ്?

പരാദങ്ങൾ (Parasite)

579. ജലം താഴേക്ക് കടത്തിവിടുന്ന സ്വഭാവത്തോടുകൂടിയ പാറകളറിയപ്പെടുന്നത്?

പാരഗമ്യശിലകൾ (Permeable rock)

9 789387 842120

Printed by Libri Plureos GmbH in Hamburg,
Germany